பாரதியும் ஜப்பானும்

பாரதியும் ஜப்பானும்

தொகுப்பும் பதிப்பும்

ய. மணிகண்டன் (பி. 1965)

தமிழ் யாப்பியல், சுவடிப் பதிப்பியல், பாரதியியல், பாரதிதாசனியல் ஆகிய களங்களில் குறிப்பிடத்தக்க பங்களிப்புகளை நிகழ்த்தியுள்ள முனைவர் ய. மணிகண்டன் தஞ்சை சரசுவதி மகால் நூலகத் தமிழ்த் துறையில் பத்தாண்டுகளுக்கும் மேல் பணியாற்றியவர்; சென்னைப் பல்கலைக்கழகத் தமிழ்மொழித் துறையின் பேராசிரியர் – தலைவராகப் பணியாற்றுகின்றார்.

ஆசிரியரின் பிற நூல்கள்

எழுதியவை

பாரதியும் உ.வே.சா.வும்
பாரதியின் இறுதிக்காலம்: கோவில் யானை சொல்லும் கதை
பாரதியியல்: கவனம்பெறாத உண்மைகள்
மணிக்கொடி மரபும் பாரதிதாசனும்
மகாகவி பாரதியும் சங்க இலக்கியமும்
பாரதிதாசன் யாப்பியல்
தமிழில் யாப்பிலக்கணம்: வரலாறும் வளர்ச்சியும்
ஒளிந்திருக்கும் சிற்பங்கள் (குறள்வெண்பாத் தொகுதி)

பதிப்பித்தவை

ஓவிய பாரதி
பாரதியும் குள்ளச்சாமியும்
பாரதியும் காந்தியும்
புதுவைப் புயலும் பாரதியும்
மணிக்கொடி: கவிதைகள்
தமிழில் பில்கணீயம்: மணிக்கொடி எழுத்தாளர்கள் – பாரதிதாசன்
ந. பிச்சமூர்த்தி கட்டுரைகள்
நேரிசை வெண்பா இலக்கியக் களஞ்சியம்
பாரதிதாசன் கவிதை இலக்கியங்கள்: இறைமை,
        இந்திய விடுதலை இயக்கம்
பாரதிதாசன் கவிதை இலக்கியங்கள்: சுயமரியாதை, சமத்துவம்
பாரதிதாசன் இலக்கியம்: அறியப்படாத படைப்புகள்
பாரதிதாசனும் சக்தி இதழும்
சி.வை. தாமோதரம் பிள்ளை இயற்றிய கட்டளைக் கலித்துறை
பாரதிதாசன் கவிதைகளில் பாரதியார்
பாரதிதாசனின் அரிய படைப்புகள்

In English

(ed.) *Early Studies in Tamil Prosody*

பாரதியும் ஜப்பானும்

தொகுப்பும் பதிப்பும்
ய. மணிகண்டன்

காலச்சுவடு பதிப்பகம்

● அன்பார்ந்த வாசகருக்கு,

வணக்கம்.

காலச்சுவடு நூலை வாங்கியமைக்கு நன்றி.

நூலின் உள்ளடக்கம், உருவாக்கம், அட்டைப்படம் இன்ன பிற அம்சங்கள் பற்றிய உங்கள் கருத்துகளையும் ஆலோசனைகளையும் காலச்சுவடு வரவேற்கிறது. தகவல், எழுத்து, வாக்கியப் பிழைகள் தென்பட்டால் அவசியம் தெரிவித்து உதவுங்கள். நூல் தயாரிப்பில் கடும் குறைபாடு இருப்பின் மாற்றுப் பிரதி உங்களுக்குக் கிடைக்கக் காலச்சுவடு ஏற்பாடு செய்யும்.

மின்னஞ்சல்: **publisher@kalachuvadu.com**

காலச்சுவடு நாகர்கோவில் அலுவலகத்துக்குக் கடிதம் அனுப்பலாம்.

தங்கள்
எஸ்.ஆர். சுந்தரம் (கண்ணன்)
பதிப்பாளர் – நிர்வாக இயக்குநர்

பாரதியும் ஜப்பானும் ◆ தொகுப்பும் பதிப்பும்: ய. மணிகண்டன் ◆ பதிப்புரிமை: ய. மணிகண்டன் ◆ முதல் பதிப்பு: நவம்பர் 2024 ◆ வெளியீடு: காலச்சுவடு பப்ளிகேஷன்ஸ் (பி) லிட்., 669, கே.பி. சாலை, நாகர்கோவில் 629001

காலச்சுவடு பதிப்பக வெளியீடு: 1288

paaratiyum jappaanum ◆ Compilation on Subramania Bharati and Japan ◆ Compilation, Editorial Format and arrangement: Ya. Manikandan ◆ Compilation, editorial format and arrangement © Y. Manikandan ◆ Language: Tamil ◆ First Edition: November 2024 ◆ Size: Demy 1 x 8 ◆ Paper: 18.6 kg maplitho ◆ Pages: 184

Published by Kalachuvadu Publications Pvt. Ltd., 669 K.P. Road, Nagercoil 629001, India ◆ Phone: 91-4652-278525 ◆ e-mail: publications @kalachuvadu.com ◆ Printed at Mani Offset, Chennai 600077

ISBN: 978-93-6110-351-3

11/2024/S.No. 1288, kcp 5394, 18.6 (1) ass

மயிலாடுதுறை அ.வ.அ. கல்லூரியில்
அடிவைத்த இளமைக் காலம் –
என்னை அடையாளங் கண்டு
பேரன்பால் அரவணைத்த பெருமகனார்;
மூதறிஞர் வ.சுப. மாணிக்கனாரிடத்தில்
பயின்று சிறந்த பேராசிரியர்;
பேரறிஞர் க. கைலாசபதியின்
பாராட்டுப்பெற்று ஒளிர்ந்த ஆய்வறிஞர் –
அய்யா முனைவர் கி. செம்பியன்.

அன்பிற் சிறந்த
அய்யாவிற்கும்
அம்மா திருவாட்டி குணவதி செம்பியன் அவர்களுக்கும்...

பொருளடக்கம்

	முன்னுரை	11
1.	ஜப்பானியக் கவிதை	35
2.	லோக குரு	39
3.	Reflections	52
4.	ஜப்பான் தொழிற்கல்வி	54
5.	ஜப்பான் சென்று திரும்பியிருக்கும் தெலுங்கு வாலிபராகிய மிஸ்டர் ராமராவ்	58
6.	ருஷிய – ஜப்பானிய யுத்தம் முதற்பருவம் படை சேகரித்தல்	62
7.	அழியாப் புகழ்கொண்ட ஓர் பழங்காலத் தமிழ் மாது	65
8.	ரூஸ்வெல்ட் அதிபரும் ஜப்பானும்	67
9.	அமெரிக்காவுக்கும் ஜப்பானுக்கும் யுத்தமுண்டாகுமோ?	70
10.	கொட்டினால் தேள் கொட்டாவிட்டால் பிள்ளைப்பூச்சி	72
11.	பாரத ஸ்வதந்திரத்தைப் பற்றி ஜப்பானியர் அபிப்பிராயம்	74
12.	'ஜப்பான் க்ரானிகில்' பத்திரிகையும் பாரத ஸ்வராஜ்யமும்	77
13.	இந்தியரும் ஜப்பானியரும்	79
14.	ஜப்பானுக்கு ஹிந்து உபதேசிகள் அனுப்புதல்	81
15.	ஜப்பானில் ஸம்ஸ்கிருதப் படிப்பு	83

16.	அன்னியர் கொண்டுவரும் மூலதனமும் அவர்களுடன் விவாகாதி சம்பந்தங்கள் செய்துகொள்வதும்: ஹெர்பர்ட் ஸ்பென்ஸரின் அபிப்பிராயம்	85
17.	ஜப்பானில் ஜாதி பேதம்	90
18.	ஜப்பான் தேசத்து திருஷ்டாந்தம்	92
19.	பொருட் சுதந்திரத்திற்கு ஜப்பானியர் படும் பாடு	93
20.	மஞ்சள் விபத்து	95
21.	பூகோள மஹாயுத்தம்	99
22.	கீழ்த்திசையில் ஸ்வதந்திரக் கிளர்ச்சி: அதற்கு நேரும் பீடைகள்	103
23.	ஏஷியாவின் விழிப்பும் இந்தியாவின் கடமையும்	106
24.	ஜப்பானுடைய ஆவி: தாகூர் சொற்பொழிவு (பாரதியின் மொழிபெயர்ப்பு)	110

பிற்சேர்க்கைகள்

1.	பூர்வ தேசங்கள் – ஜப்பான்	133
2.	சுதேசியக் கூட்டம்	139
3.	'இந்தியா' கருத்துப்படம்	142
4.	My Own Japanese Poetry by Yone Noguchi	143
5.	Sir Rabindranath Tagore in Japan	154
6.	Sanskrit in Japan	160
7.	The Spirit of Japan by Sir Rabindranath Tagore	163
8.	பாரதிதாசன் கவிதை: ஜப்பானில் விழுந்த குண்டு தப்பாது உலகழிக்கும்	177
9.	கால வரிசையில் ஜப்பான் தொடர்பிலான பாரதி படைப்புகள்	179
	துணைநூற்பட்டியல்	182

முன்னுரை

1

இந்தியாவை 'டென்ஜிகு', 'தேவலோகம்', 'சுவர்க்கலோகம்' எனக் கொண்டாடிய ஜப்பான் நாட்டையும், ஜப்பான் நாட்டை 'ஆத்ம ஞானத்தில் சிறந்தவர் நாம், ஆனால் லௌகிக ஞானத்தில் நம்மைக் காட்டிலும் சிறந்த தேசம் ஜப்பான்' எனப் போற்றிய பாரதியையும் இணைத்துப் பார்க்கும் முயற்சியில் மலர்கிறது இந்நூல்.

2

ஜப்பானிய "ஹொக்கு" பாட்டு என்னும் ஐக்கூ கவிதையை, ஐக்கூ கவிதையின் முன்னோடிக் கவிஞர் வாஷோ மத்ஸுவோவை *(Basho)* முதன்முதலில் அறிமுகம் செய்ததோடு ஜப்பான் குறித்த பன்முகப் பார்வைகளை முன்னோடியாக முன்வைத்தவராகவும் தமிழ்ச் சமூகத்தில் திகழ்பவர் மகாகவி பாரதி.

'வையத் தலைமைகொள்', 'பாட்டுத் திறத்தாலே வையத்தைப் பாலித்திட வேண்டும்', 'மண் பயனுற வேண்டும்', 'வையகத்தீர் புதுமை காணீர்', 'வையம் முழுதும் பயனுறப் பாட்டிலே அறங்காட்டு எனுமோர் தெய்வம்', 'இடம் பெரிதுண்டு வையத்தில்' – இவையெல்லாம் ஒட்டுமொத்த உலகத்தையும் அகக்கண்ணிலும் அறிவுக்கண்ணிலும் நிறுத்தி பாரதி வெளிப்படுத்தியவை.

பாரதி கண்ட, காட்டிய இந்த உலகம், முந்தைய தமிழ்மரபு மொழிந்த 'முதற்றே உலகு', 'உலகம் உவப்ப', 'உலகெலாம் உணர்ந்து',

‘உலகம் யாவையும்’ முதலிய ஆட்சிகள் கருதிய உலகினும் ஆழமும் விரிவும் முழுமையும் கொண்டது.

இந்தப் பரந்த அறிவும் முழுமைப் பொருளும் முழுமைப் பொருள்சுமந்த மொழியும் இருபதாம் நூற்றாண்டு மனிதருக்கே, இருபதாம் நூற்றாண்டுத் தமிழருக்கே சாத்தியம். அதிலும் ‘மானுடன் தன்னைக் கட்டிய தளையெலாம் சிதறுக’ என்னும் பார்வையும் பரிவும் ஆவேசமும் அறச்சீற்றமும் நெஞ்சில் சுரக்கும் ஞானமானுடனுக்கே வீழ்ந்துபட்ட வெல்ஜியத்தை ‘அறத்தினால் வீழ்ந்துவிட்டாய்’ என ஆறுதலாகத் தழுவிக்கொள்வதும், புரட்சி பொலிந்த உருசியத்தை ‘மாகாளி பராசக்தி... கடைக்கண் வைத்தாள் அங்கே ஆகாவென்று எழுந்ததுபார்’ என்று அறிவித்து ஆராதித்து வரவேற்பதும் சாத்தியம்.

தமிழ்மண்ணில் பாரதிக்கே முதன்முதலில் இந்த விசாலம் சாத்தியமாயிற்று. அன்றைய பத்திரிகைகளில் பலரின் பங்களிப்பால் செய்திகளாக உலகம் வெளிப்பட்டிருந்தது. ஆனால் பாரதி என்னும் ஒற்றை ஆளுமையின் எழுத்துகளில்தான் உலகம் வலிகளோடும் வலிமையோடும் வியப்புகளோடும் விமர்சனங்களோடும் தமிழில் ஒளிபெற்றிருந்தது.

‘சிங்களம் புட்பகம் சாவகம் ஆதிய தீவு’ பலவற்றைக் குறித்து நன்கறிந்தவன் பாரதி. ‘சீனம் மிசிரம் யவனரகம் இன்னும் தேசம் பலவும்’ குறித்துத் தெளிந்தறிந்தவன். தமிழ்ப் பெண்களும் இந்தியப் பெண்களும் ‘விம்மிவிம்மி விம்மிவிம்மி அழும்’ பிஜித் தீவு முதலியவற்றின் வரலாறுகளெல்லாம் உணர்ந்தவன். ஆப்பிரிக்கத்துக் காப்பிரி நாடு, தென்முனையடுத்த தீவுகள், பூமிப் பந்தின் கீழ்ப்புறத்துள்ள பற்பல தீவுகள் பற்றியெல்லாம் அறிந்தவன். கவிதைப் பரப்பு தாண்டிய எழுத்துப் பரப்பில் அவன் காட்டாத நாடுகள் அதிகம் இல்லை எனலாம்.

இங்கிலாந்து, அமெரிக்கா, பிரான்சு, அயர்லாந்து, ஆஸ்திரியா, ஆஸ்திரேலியா, ஜெர்மனி, தென்னாப்பிரிக்கா, ருஷ்யா, எகிப்து, துருக்கி, கிரேக்கம், பாரசீகம், சீனா, ஜப்பான்... இப்படி எத்தனை எத்தனையோ நாடுகள்! அவற்றின் அரசியல், பண்பாடு, இலக்கியம் என வெவ்வேறு பரிமாணங்கள்.

இவற்றுள் ஜப்பானிற்குத் தனித்த இடம்.

3

இந்திய விடுதலைப் போராட்டக் காலத்தில் ஜப்பான் இந்திய தேசபக்தர்களை, சிந்தனையாளர்களைப் பரவலாக ஈர்த்திருக்கிறது. எழுச்சிகொள்ளச் செய்திருக்கிறது. தமிழில்

பாரதியின் இதழியல் குருநாதரும் தமிழ் இதழியலின் முன்னோடியும் 'சுதேசமித்திரன்' இதழைத் தோற்றுவித்தவருமான ஜி. சுப்பிரமணிய ஐயரிடமிருந்தே இந்த வரலாறு தொடங்குகிறது.

மேற்குலகுக்கு எதிரான கிழக்கின் வெற்றி, வல்லாதிக்கம் செலுத்தும் ஐரோப்பியப் பெருநாடுகளிலொன்றைச் சிறிய ஆசிய நாடொன்று எதிர்த்து முதன்முதலில் பெற்ற வெற்றி என்பதனாலும், ஐரோப்பியாவிற்கு எதிரான ஆசியாவின் வெற்றி எனவும், ஆசிய நாடுகளுள் முன்னோடியாக எழுச்சிபெற்றுத் தங்களுக்கு உத்வேகம் அளிப்பது என்பதனாலும் இந்திய விடுதலைப் போராட்டத் தலைவர்களும் சிந்தனையாளர்களும் ஜப்பானைத் தங்களுக்கு ஆதர்சமாகவும் மனநெருக்கம் கொண்டதாகவும் கருதினர். தமிழகத்தைப் பொறுத்த வரை ஜி. சுப்பிரமணிய ஐயர், வ.உ.சி., பாரதி உள்ளிட்ட முன்னோடிகள் இவ்வாறு கொண்டு செயல்பட்டனர்.

'ஜப்பான் சரித்திரச் சுருக்கம்', 'புதிய ஜப்பான்' முதலிய நூல்களைப் படைத்துத் தமிழ்ச் சமூகத்திற்கு ஜப்பானைப் பெருமளவில் அறிமுகப்படுத்தியவர் ஜி. சுப்பிரமணிய ஐயர்.

நூற்றாண்டுக்கு முந்தைய காலகட்டத்தில் அரசியல், இலக்கிய, பண்பாட்டுப் பார்வைகளோடு ஜப்பான் குறித்து எழுதிய, இந்திய விடுதலை இயக்க நோக்கில் இணைத்துப் பேசிய, உணர்வூட்டிய, சில விமர்சனங்களையும் முன்வைத்த முதல் தமிழ் ஆளுமையாகப் பாரதியே முகங்காட்டுகின்றார்.

பாரதியின் இந்த எழுத்துகளின் வரலாறு அவர் அரசியலில் தீவிரமாக இயங்கத் தொடங்கிய 1906முதல் அவர் மறையுங் காலமாகிய 1921வரை காட்சிதருகிறது.

4

புறநானூற்றுப் பாடல்களை இந்திய விடுதலை இயக்க உணர்வூட்டும் கருவியாக முதன்முதலில் பயன்படுத்தியவர் பாரதியே. தேசபக்தி உணர்வூட்டும்வண்ணம் மதுரைத் தமிழ்ச்சங்க ஆண்டுக் கூட்டத்தில் உ.வே.சா., 'நரம்பெழுந் துலறிய நிரம்பா மென்றோள்' எனத் தொடங்கும் புறநானூற்றுப் பாடலையும் அதன் கருத்தையும் எடுத்துரைத்திருந்தார். அதனை நினைவுகூர்ந்து எழுதிய பாரதி அந்தப் பாடலில் காட்சிதரும் வீரத்தாயை 'அழியாப் புகழ்கொண்ட ஓர் பழங்காலத் தமிழ் மாது' எனச் சிறப்பித்து எழுதியிருந்தார். இந்திய விடுதலைக்கு இந்தத் தமிழ் மூதாட்டியைப் போன்ற பலர் பாரத நாட்டில் பிறப்பதற்கு இறைவன் அருள்புரிய வேண்டும் என்று வேண்டினார்.

“இந்தப் பெருமாட்டியின் பெயர் இப்போது தெரிய இடமில்லை. இவளைப் போன்ற தாய்மார்கள் பரத கண்டத்தில் இக்காலத்தில் அனேகர் பிறக்குமாறு ஈசன் அருள் புரிந்தாலல்லவோ நமது குறைகளுக்கெல்லாம் முடிவேற்படும்?” என்று குறிப்பிட்டார். புறநானூறு காட்டும் வீரம் செறிந்த தமிழ் மூதாட்டியை எண்ணுகையில் பாரதிக்கு உலகப் பரப்பில் ஒரு ஜப்பானியத் தாய் நினைவுக்கு வருகின்றார். அந்தத் தாயின் தாய்நாட்டுப் பற்றை வியக்கின்றார்; விவரிக்கின்றார்.

> மேலே கூறப்பட்ட தமிழ் மாதைப் பற்றிப் பேசுமிடத்து சென்ற ருஷிய ஜப்பானிய யுத்தத்தின்போது நிகழ்ந்த ஓர் செய்தி ஞாபகத்துக்கு வருகின்றது. ஓர் ஜப்பானிய தாய் தனது பல குமாரர்களைப் போர்க்களத்திலே இறக்கக் கொடுத்துவிட்டுப் பிறகு ஒருநாள் அழுது கொண்டிருந்தாள். அவளிடம் ஒருவர் சென்று “அம்மா ஏன் அழுகின்றீர்? உமது பிள்ளைகள் மஹா கீர்த்திகரமான மரணத்தையல்லவோ அடைந்திருக்கிறார்கள்?'' என்று ஆறுதல் கூறினார். அதற்கு அத் தாய் “ஐயா, நான் இறந்துபோன மகனின் பொருட்டாக அழவில்லையே. எனது தாய்நாட்டிற்கு கீர்த்தி வரும் பொருட்டாக பலியிடுவதற்கு இன்னும் பிள்ளைகளில்லாமல் போய்விட்டதென்று வருத்தமடைகிறேன்'' என மறுமொழி தந்தனளாம்.
>
> *(இந்தியா, 8.9.1906, ப. 6)*

இப்படித் தொடங்கிய பாரதியின் ஜப்பானிய தரிசனம் 1921இன் தொடக்கத்தில் ‘பூகோள மகா யுத்தம்’ குறித்து எழுதும்வரை இயல்கிறது; நீள்கிறது; பல பரிமாணங்களில் விசாலம் பெறுகிறது. ஜப்பானிய இலக்கியங்கள், ஜப்பான் மொழியின் பண்டைக் கவிஞர்தொட்டு இருபதாம் நூற்றாண்டுக் கவிஞர்வரை முக்கியமான சிலரை எடுத்துக்காட்டல், ஜப்பான் நிலப்பரப்பு, வரலாறு, சமுதாய நிலை, பண்பாடு, ஜப்பானியப் பெண்களின் சிறப்பியல்புகள், மக்களிடையே இருந்த ஏற்றத்தாழ்வுகள், பண்டுதொட்டு இந்தியாவுக்கும் ஜப்பானுக்கும் இடையே இருந்துவந்த உறவுகள், பௌத்தச் செல்வாக்கு, இந்தியாவை ‘சுவர்க்கலோகம்’ என்றெல்லாம் ஜப்பான் கொண்டாடிய நிலை, சமகாலத்தில் ஜப்பான் பெற்றிருந்த ஏற்றம், ஆசிய நாடுகளுக்கே முன்னோடியாகத் திகழ்ந்த நிலை, ஜப்பானின் தொழிற்சிறப்பு, ஜப்பானுக்குத் தொழிற்கல்வி பயிலத் தென்னிந்தியாவிலிருந்து செல்லுதல், ஜப்பானுக்கு இராமகிருஷ்ண இயக்கத்தைச் சேர்ந்தோர் சென்று சமயம் பரப்ப முயல வேண்டியமை,

ஜப்பானுக்கும் உருசியாவுக்குமான போர், ஜப்பானின் வெற்றி, அமெரிக்காவுக்கும் ஜப்பானுக்கும் இடையிலான உறவுச் சிக்கல், அதனைத் தீர்க்க அமெரிக்க அதிபர் ரூஸ்வெல்ட் எடுத்த முயற்சிகள், ஜப்பானியப் பத்திரிகைகளில் வெளிவந்த இந்திய விடுதலைப் போராட்டம் தொடர்பான செய்திகள், ஜப்பானுக்கு ஹெர்பர்ட் ஸ்பென்சர் வழங்கிய ஆலோசனை, தாகூரின் ஜப்பானியப் பயணம், தாகூரின் கருத்துகள் ஜப்பானில் பெற்ற வரவேற்பு, தாகூர் ஜப்பானில் ஆற்றிய சொற்பொழிவின் மொழிபெயர்ப்பு, ஜப்பானில் சமஸ்கிருதக் கல்வி – என்றெல்லாம் பாரதியின் ஜப்பான் குறித்த எழுத்துலகம் பரந்து விரிந்து காட்சி தருகின்றது.

ஜப்பான் குறித்த இத்தனை காட்சிகள், இத்தனை செய்திகள் பாரதியின் பார்வைக்கு எப்படி இலக்காயின? அதுவும் 1905–1908 வரை சென்னை வாழ்க்கை, 1920–1921வரை சென்னை வாழ்க்கை ஆகியன தவிர்ந்த பிற காலங்களில் எல்லாம் புதுவையில் முடங்கிக் கிடந்த சூழலில் தொடர்ந்து அவர் எப்படி ஜப்பான் குறித்து அறிந்துகொண்டார்? 'சுதேசமித்திர'னில் பணிபுரிந்த தொடக்க காலம், 'இந்தியா'வை நடத்திய தொடக்க காலம், 'சுதேசமித்திர'னில் பணிபுரிந்த இறுதிக் காலம் ஆகியவற்றிலேனும் உலகளாவிய செய்தி நிறுவனங்களின் செய்திப் பதிவுகளை, பகிர்வுகளை நேரடியாகப் பெறும் நிலை இருந்தது. பிற காலங்களில்? அந்தக் காலங்களிலும் அவருக்குச் சில உலகளாவிய, நாடளாவிய ஆங்கில இதழ்கள் உலகளாவிய முதன்மை நடப்புகளைக் கொண்டுவந்து சேர்த்தன. அவற்றை ஆழ்ந்து பயின்று பயன்கொண்டார். அவற்றுள் முக்கியமானது வங்கத்திலிருந்து வெளிவந்த 'நவீனப் பரிசோதகம்' எனத் தமிழில் பாரதி குறிப்பிட்ட 'தி மாடர்ன் ரிவியூ'. இதன் ஆசிரியர் இராமாநந்த சாட்டர்ஜி. தாகூரின் பல படைப்புகளும், படைப்புகளின் ஆங்கில மொழிபெயர்ப்புகளும், பல்துறை அறிஞர்களின் செறிந்த சிந்தனைக் கட்டுரைகளும், நிவேதிதா, ஜேம்ஸ் எச். கசின்ஸ், உயோநே நோகுச்சி முதலிய பல்லோரின் கட்டுரைகளும் இடம்பெற்ற ஏடு அது. இந்திய அளவிலும் உலக அளவிலும் முக்கியமான பலவற்றைப் பாரதி அறிவதற்குச் சாளரமாகத் திகழ்ந்தது அந்த இதழ். அமெரிக்காவிலிருந்தும் இலண்டனிலிருந்தும் வெளிவந்த 'ரெவியூ ஆஃப் ரெவியூஸ்' *(Review of Reviews)*, பம்பாயிலிருந்து வெளிவந்த 'டைம்ஸ் ஆஃப் இந்தியா', 'ஜப்பான் க்ரானிகில்' என்னும் ஜப்பானிய இதழ், இலண்டன் 'டைம்ஸ்' பத்திரிகை முதலியனவெல்லாம் உலக நடப்புகளைப் பாரதி அறியத் துணைசெய்திருக்கின்றன. ஆனால் பாரதி எந்த இடத்திலும், எந்தக் காலத்திலும் செய்திகளை

அறிந்து அவற்றைத் தமிழில் பகிர்பவராக, வெறும் பதிவுசெய்பவராக மட்டும் இருந்துவிடவில்லை; தனது பார்வைகளால் அவற்றை அணுகியிருக்கிறார்; தனது மதிப்பீடுகளால் அவற்றை விளக்கம் செய்திருக்கின்றார்; உலகத்தின் எந்தச் செய்தியைக் குறித்து எழுதினாலும், ஜப்பானின் எந்த நிகழ்வைக் குறித்து எழுதினாலும் அவற்றை இந்திய நாட்டோடு இணைத்தே நோக்கியிருக்கின்றார். இந்தியாவின் மேம்பாட்டுக்கு வழிசெய்யும் வகையில் ஒவ்வொரு நிகழ்வையும், ஒவ்வொரு கருத்தையும் பயன்படுத்தியிருக்கின்றார். இதுவே பாரதியின் தனித்தன்மை.

5

உலக இலக்கியக் கருவூலத்திற்கு, குறிப்பாகக் கவிதைக் கருவூலத்திற்கு ஜப்பானிய மொழி அளித்த பெருங்கொடை ஐக்கூ கவிதையிலக்கியங்களும் ஐக்கூ கவிதை வடிவமுமாகும். ஜப்பானிய ஐக்கூ வடிவம் உலக இலக்கியப் பரப்பெங்கும் பெருவீச்சோடு அலையடித்தது. தமிழிலும் முதன்மையான கவிதை வடிவங்களுள் ஒன்று என்னும் இடத்தை ஐக்கூ பெற்றுவிட்டது. இந்தக் கவிதை வடிவத்தைத் தமிழுக்கு முதன்முதலில் அறிமுகம் செய்தவர் பாரதி. ஜப்பானிய ஐக்கூவை முதன்முதலில் மொழிபெயர்த்துக் காட்டியவரும் அவரே. ஜப்பானிய மொழியின் கவிதைப் போக்கை, ஐக்கூ கவிதையின் நுட்பத்தை ஆழமாக முதன்முதலில் விளக்கிக் காட்டியவரும் பாரதியே. ஐக்கூ வடிவத்தைப் போற்றியபோதிலும் தனக்கே உரிய வகையில் ஐக்கூ கவிதை வடிவத்திற்கு இணையாகத் தமிழில் காட்சிதரும் குறுகிய கவிதை வடிவத்தையும் அந்த வடிவத்தில் மலர்ந்த உயரிய இலக்கியமாகிய திருக்குறளையும் பாரதி எண்ணிப்பார்த்துக் கருத்துரைத்திருக்கின்றார். ஜப்பானிய மொழியிலும் தமிழ்மொழியிலும் குறுமைகொண்ட வடிவோடு வேறு பல வடிவங்களும் இருப்பதனையும் சுட்டிக்காட்டியிருக்கின்றார். கவிதை ஒரேயடியாகச் சுருங்கிவிடவும் கூடாது என்னும் தன் மதிப்பீட்டையும் முன்வைத்திருக்கின்றார். பிற நாட்டு நல்லறிஞர் சாத்திரங்களை அறிமுகம் செய்யும்போதும் மொழிபெயர்க்கும் போதும் தனக்கே உரிய பார்வைகளையும் மதிப்பீடுகளையும் முன்வைப்பவராகப் பாரதி திகழ்ந்திருக்கின்றார்.

இப்படி ஜப்பானியக் கவிதை வடிவத்தையும் தமிழ்க் கவிதை வடிவத்தையும் இணைத்து நோக்கியதுபோல ஜப்பானில் நெடுங்காலமாக வழங்கிவந்த வடமொழிக் கல்வி குறித்தும் பாரதி எழுதியிருக்கின்றார். பௌத்த மதச் செல்வாக்கால் சமஸ்கிருதக் கல்வி, சமஸ்கிருத அறிஞர்கள், சமஸ்கிருதச் சுவடிகள் ஜப்பானில்

இடம்பெற்றிருந்த நிலைகளைப் பாரதி விவரித்திருக்கின்றார். நிறைவாக ஜப்பானில் உள்ள சுவடிகளை இந்தியாவில் காசியில் உள்ள இந்து பல்கலைக்கழகத்தினர் தருவித்துப் பார்த்து ஆராய்ச்சி செய்ய வேண்டும் என்கிறார்.

6

பாரதியின் காலத்திலேயே ஜப்பான் எழுச்சிபெற்ற நாடாக விளங்கத் தொடங்கிவிடுகின்றது. தொழில் நுட்பத்தில் மேலோங்கித் திகழுகின்றது. இந்தியர்கள் ஜப்பானுக்குச் சென்று தொழில் நுட்பங்களை அறிந்துவர வேண்டும், அவற்றைப் பயன்படுத்தி இந்தியாவிலே கைத்தொழில்களும் பிற தொழில்களும் வளம்பெறச் செய்ய வேண்டும் என்ற முயற்சிகள் சுதேசி இயக்கத் தலைவர்களால் முன்னெடுக்கப்படுகின்றன. சென்னை மாகாணத்தைப் பொறுத்தவரை 'சுதேசமித்திரன்' ஆசிரியர் ஜி. சுப்பிரமணிய ஐயர் இத்தகைய முன்முயற்சிகளை மேற்கொள்ளுகின்றார். பாரதியும் இந்த முயற்சிகளில் நேரடியாகவும் எழுத்து வழியாகவும் பங்கேற்கின்றார்.

ஆந்திரத்திலிருந்து ஜப்பானுக்குச் சென்று கண்ணாடி தொடர்பான தொழிலைப் பயின்று வந்த இராமராவ் என்னும் இளைஞரைப் பாரதியார் நேரடியாகச் சந்தித்து ஜப்பானியச் சூழல், தொழிற்கல்வி, இந்தியர்களைக் குறித்த ஜப்பானியர்களின் மனநிலை முதலியவற்றையெல்லாம் அறிகின்றார். அவற்றைத் தான் நடத்திய 'இந்தியா' இதழின் வாயிலாகத் தமிழ்மக்கள் அறியச்செய்கின்றார். மேலும் ஜி. சுப்பிரமணிய ஐயர் தலைமையில் வ.உ.சி. பங்கேற்கச் சென்னையில் நடைபெற்ற சுதேசிக் கூட்டத்தில் அந்த இளைஞர் ஆற்றிய சொற்பொழிவில் வெளிப்பட்ட ஜப்பான் தொடர்பான, இந்திய சுதந்திரத்திற்குத் துணைபுரியும் கருத்துகளையெல்லாம் 'இந்தியா' இதழில் இடம்பெறச்செய்திருக்கின்றார். பிறிதொருமுறை, தஞ்சை மாவட்டத்திலிருந்து நூற்றல், நெய்தல், சாயமேற்றுதல் முதலியன கற்கச் சென்ற ஓர் இளைஞரைக் குறித்துச் 'சுதேசமித்திரன்' இதழில் விரிவாக எழுதியிருந்தார்.

இந்த இளைஞர்கள் ஜப்பானிலே எதிர்கொண்ட வாழ்க்கைச் சூழலையும் எடுத்துரைத்திருக்கின்றார். அவ்வாறு எழுதிச் செல்லுமிடத்தில் ஜப்பான் நாட்டு நாகரிகம், கல்விமுறை, மதம், ஜப்பானியப் பெண்கள், இந்தியாவைக் குறித்த ஜப்பானியர்களின் எண்ணம் முதலியவற்றையெல்லாம் அறிந்து தமிழ்மக்களுக்கு வெளிப்படுத்தியுள்ளார்.

ஜப்பானியப் பெண்கள் குறித்துப் பின்வருமாறு பாரதி எடுத்துக்காட்டியிருக்கின்றார்.

ஜப்பானிய ஸ்திரீகளிலே பெரும்பான்மையானவர்கள் நல்ல சுந்தரிகளாக இருக்கிறார்கள். ஜப்பானிய ஸ்திரீகள், எப்போதுமே டம்பமற்ற அலங்காரம், ரஸிகத் தன்மை, வீட்டொழுங்கு, விருந்தினரை உபசரித்தல், இனிய வசனம் முதலிய நல்ல குணங்களுக்குப் புகழ் படைத்தவர்கள். இந்த குணங்களுடன் இப்பொழுது மேலான கல்வியறிவும் சேர்ந்திருக்கின்றது. ஓர் ஜப்பானியனது வீட்டிற்குப் போனால் தடாகத்திலே செந்தாமரை யிருப்பதுபோல அந்த வீட்டு யஜமானியே வீடு முழுமையிலும் மகிழ்ச்சியும் குதூஹலமும் பரவும்படி செய்கிறாள். ஜப்பானிலே பல ஸ்திரீகள், ஐரோப்பிய ஸ்திரீகளைப் போலப் புருஷர்களுடன் எல்லா விஷயங்களிலும் ஸமானத்துவம் பெற்றுவிட முயற்சி புரிகிறார்கள். ராஜாங்க சம்பந்தமான உரிமைகள்கூடப் பெற்றுவிட வேண்டுமென்ற ஆசை ஜப்பானிய மாதர்களுக்கு உண்டாய்விட்டது.

(*இந்தியா*, 16.02.1907, ப. 7)

ஜப்பான் குறித்த பல செய்திகளைப் பேசிச் செல்லும் பாரதி, தனது அடிப்படை நோக்கத்துக்குரிய செய்தியை இறுதியில் முன்வைக்கின்றார். இந்தியாவை உயர்வாகக் கொண்டாடும் ஜப்பானியர்கள் தற்கால இந்தியாவின் நிலையை எண்ணி வருந்துவதாகவும், இந்தியர்கள் விழிப்படைந்து சுதந்தரத்தை நோக்கிச் செல்லாவிடில் இன்னும் மோசமான நிலைக்குத் தள்ளப் படுவார்கள் எனக் கருதுவதாகவும் குறிப்பிட்டுக் கட்டுரையைப் படிக்கும் வாசகர்கள் உணர்வு பெறுமாறு செய்கின்றார்.

முற்காலத்திலே உலக முழுதிற்கும் ஞான விளக்காக இருந்த இந்தியா இப்பொழுது பதனமடைந்துபோய், அந்நியர் கைவசமாகி மிகுந்த பரிதாபகரமான நிலைமையிலிருப்பது பற்றி ஜப்பானியர் மிகவும் இரக்கமடைகிறார்கள். இந்தியர்கள் சீக்கிரம் கண்விழித்துத் தமது நிலைமையை அறிந்துகொண்டு மறுபடியும் உன்னத நிலையடையப் பாடுபடாத விஷயத்தில் இவர்களுக்கு இன்னும் அபரிமிதமான இழிகோலங்கள் ஏற்பட்டுவிடுமென்று ஜப்பானியர்கள் எண்ணி வருத்தமடைகிறார்கள்.

(*இந்தியா*, 16.02.1907, ப. 7)

தஞ்சை மாவட்டத்திலிருந்து ஜப்பான் சென்ற இளைஞரின் கூற்றாக எடுத்துரைக்குமிடத்தில், காங்கிரஸ் சபையார் கல்வி, கைத்தொழில் தொடர்பாகப் போதிய கவனம் செலுத்தவில்லை என்கிறார். 1916ஆம் ஆண்டளவில் காங்கிரஸ் கவனம் செலுத்த வேண்டிய விஷயங்களாக இவற்றைப் பாரதி வெளிப்படுத்தி யுள்ளார்.

> . . . படிப்பு, கைத்தொழில் இவற்றைக் காங்கிரஸ் சபையார் போதுமானபடி கவனிப்பதாகத் தோன்றவில்லை. நமது ஜனங்களிலே பெரும்பாலோர் ஏழ்மையிலும் அறியாமையிலும் மூழ்கிக் கிடப்பதைக் கல்வியாளர் சும்மா பார்த்துக்கொண்டு ஒன்றும் செய்யாமலிருப்பது மடமையிலும் மடமை. கைத்தொழில் வளர்ச்சிக்காக உழைப்போரும் உண்மையான தேசபக்தரேயாவர்.
>
> *(சுதேசமித்திரன், 12.2.1916, ப. 9)*

இன்று ஜப்பான் உள்ளிட்ட பல நாடுகளுக்கு நம்மவர்கள் கல்வி, தொழில், வேலைவாய்ப்பு முதலியவற்றுக்காகச் சென்று சிறக்கின்றனர். இருபதாம் நூற்றாண்டின் தொடக்கத்திலேயே பாரதி நம்மவர்கள் நூல்களாலும் இதழ்களாலும் பயணங்களாலும் ஜப்பான் குறித்து நன்கு அறிந்துகொள்ள வேண்டும், நம் இளைஞர்கள் ஜப்பான் சென்று தொழில்களையும் அறிவியல் சார்ந்தவற்றையும் அறிந்துவர வேண்டும் என்பதை வலியுறுத்தியிருக்கின்றார்.

> . . . புஸ்தகங்களாலும், பத்திரிகைகளாலும் யாத்திரை களாலும் நாம் ஜப்பான் விஷயங்களை நன்றாகத் தெரிந்துகொள்ளுதல் பயன்படும். கூடிய வரை பிள்ளைகளை ஜப்பானுக்கு அனுப்பிப் பலவிதமான தொழில்களும் சாஸ்திரங்களும் கற்றுக்கொண்டு வரும்படி செய்வதே பிரதான உபாயமாகும். தொழிற்கல்வியிலும் லௌகிக சாஸ்திரப் பயிற்சியிலும் நாம் மற்ற ஜாதியாருக்கு ஸமானமாக முயலுதல் அவஸரத்திலும் அவஸரம்.
>
> *(சுதேசமித்திரன், 12.2.1916, ப. 9)*

7

இந்தியா குறித்தும், இந்திய சுதந்திரம் குறித்தும் ஜப்பானியர் கொண்டுள்ள எண்ணங்களை ஜப்பானுக்குச் சென்றுவந்த இளைஞர் கூற்றுவழிப் பதிவுசெய்த பாரதி, இந்திய சுதந்திரம்

குறித்த 'ஜப்பான் கிரானிகில்' என்னும் ஜப்பானியப் பத்திரிகையின் கருத்துகளை 'இந்தியா' பத்திரிகையில் 1909இன் தொடக்கத்தில் இருமுறை எடுத்துரைத்துத் தமது எண்ணங்களையும் மொழிந்துள்ளார். 'பாரத ஸ்வதந்திரத்தைப் பற்றி ஜப்பானியர் அபிப்பிராயம்', 'ஜப்பான் க்ரானிகில் பத்திரிகையும் பாரத ஸ்வராஜ்யமும்' என்னும் தலைப்புகளில் இவை இடம்பெற்றுள்ளன.

முதற்கட்டுரையில் 'ஜப்பான் கிரானிகில்' தெரிவித்திருந்த, "'பாரத ஜனங்கள்' ஸ்வராஜ்யத்துக்குத் தகுதி பெற்றவர்களில்லை யென்று சிலர் சொல்லுகிறார்கள். ஆனால், இங்ஙனம் சொல்பவர்கள் யார்? அதிகாரத்தைத் தமது கையில் வைத்துக் கொண்டு அதை விட்டுக்கொடுக்க மனமில்லாதிருக்கும் ஆங்கிலேய ஜாதியார்" (*இந்தியா*, 6.2.1909, ப. 4) முதலானவற்றை எடுத்துக்காட்டுகின்றார். இந்தியா ஒற்றுமை அடையக்கூடிய தேசமில்லையாதலால் அது சுதந்திரத்திற்குத் தகுதியற்றது என ஆங்கிலேயர் கூறுவது மிகுந்த கேலிக்கிடமான பேச்சு என அப்பத்திரிகை பல காரணங்களைக் காட்டி நிறுவுகின்றது எனவும் மொழிந்துள்ளார்.

இரண்டாம் கட்டுரையில் அதே பத்திரிகை, ஜப்பான் பெற்ற எழுச்சியை எடுத்துக் கூறி இந்தியாவும் ஒற்றுமையால் சுதந்திரத்தைப் பெறுமெனவும், "ராஜ்யப் பிரளயத்தாலேனும் வேறெந்த வழியினாலேனும் சுயாதீனத்தை அடைந்துவிடுமாயின் இந்தியாவும் இதே மாதிரிதான் ஆகும்" (*இந்தியா*, 13.2.1909) எனவும் கூறுவது முற்றிலும் நியாயம் எனப் பாரதி வழிமொழிகிறார். அதேவேளையில் "ராஜ்யப் பிரளயத்தாலேனும் வேறெந்த வழியினாலேனும்" என்னும் ஒரு கருத்தை மட்டும் பாரதி மறுத்து விளக்கமளித்துள்ளார். "...ஆனால், இந்தியா கொடூரமான ராஜ்யப் பிரளயம் இல்லாமல் ஸாமோபாயங்களைத் தழுவியே சுயாதீனமடைந்து விடுமென்பது நம்முடைய அபிப்பிராயம்" (*இந்தியா*, 13.2.1909, ப. 3).

பாரதியின் இந்தக் கருத்தானது, 1909ஆம் ஆண்டளவிலேயே, 'கொடூரமான ராஜ்யப் பிரளயம்' என்பதில் பாரதிக்கு உடன்பாடில்லை என்பதையும், இந்திய விடுதலையை அத்தகைய செயல்பாடுகளின்றியே அடைய முடியும் எனப் பாரதி கருதியதையும் உணர்த்துகின்றது எனக் கொள்ள இடமுண்டு.

'இந்தியரும் ஜப்பானியரும்' என்னும் கட்டுரையிலும் ஜப்பானியரின் நிலையை ஒப்பிட்டுக்காட்டி இந்திய சுதந்திரம் தொடர்பாகப் பாரதி கருத்துரைத்துள்ளார். ஜப்பானின் முதல் பிரதம மந்திரியாக விளங்கிய ஐடோ, இந்தியர்கள் அடைய

விரும்பும் இலட்சியம் சுயராஜியமே என இறுதியாக 1906 காங்கிரஸ் மாநாட்டில் தீர்மானத்தை வெளியிட்ட தாதாபாய் நௌரோஜி ஆகிய இருவரைக் குறித்துப் பேசிவிட்டுத் தொடர்ச்சியாகப் பாரதி ஜப்பான் நல்ல நிலைமைக்கு வந்ததற்கும் இந்தியா இன்னும் அடிமைத்தனத்தில் ஆழ்ந்திருப்பதற்கும் காரணமென்ன என்று சீர்தூக்குகின்றார். மக்களுக்குள் எத்தனை பிரிவு இருந்த போதிலும் ஜப்பான் சுய அரசைப் பெற்றிருந்தது. இந்தியாவோ அந்நியர்களுக்கு விசுவாசமானவர்களையும் அடக்கி ஆளப்படும் அடிமைத்தனத்தையும் கொண்டிருப்பதால் உயர்வு பெற முடியாதிருக்கிறது என்கிறார். பாரத நாடு எப்பொழுதுதான் சுய அரசாட்சியைப் பெறுமோ என்னும் கேள்வியை எழுப்பி, "ஆனந்த சுதந்திரம் அடைந்துவிட்டோம்" என முன்னதாகவே முன்மொழிந்ததைப் போலப் பின்வருமாறு நம்பிக்கையை விதைக்கின்றார்: "அதி ஸமீபத்திலேயே" என்று அசரீரியான ஆகாயவாணியாய் ஸ்ரீ ஸ்வதந்திர லட்சுமி நம்மிடம் சொல்லுகிறாள். தேவர்களும் முனிவர்களும் 'ததாஸ்து' (அப்படியே யாகுக) என்கின்றனர்" (*இந்தியா*, 25.12.1909, ப. 3).

8

பாரதியின் ஜப்பான் குறித்த பதிவுகளில் குறிப்பிடத்தக்க பிறிதொரு பதிவாக அமைவது தாகூரின் ஜப்பான் பயணம். இந்தியாவை உலகத்துக்கே குருவாக வைத்துக் காணும் பாரதி ஆன்மிகத்திற்கு விவேகானந்தரையும் அறிவியலுக்கு ஜகதீஸ சந்திர போஸையும் இலக்கியம் – பண்பாட்டிற்குத் தாகூரையும் இந்தியா உலகிற்கு வழங்கி வலம்வரச் செய்துள்ளதாகக் காண்கிறார். ஐந்து பகுதிகளைக் கொண்ட 'லோக குரு' என்னும் நெடுந்தொடர்க் கட்டுரையில் (1916) தாகூரின் ஜப்பான் பயணத்தையும் தாகூர் பெற்ற வரவேற்பையும் தாகூர் ஜப்பானில் ஆற்றிய சொற்பொழிவுகளையும் ஜப்பானியப் பத்திரிகைகள் தாகூரைக் கொண்டாடி வெளியிட்ட செய்திகளையும் விரிவாக எழுதியிருக்கின்றார். இப்படைப்பில் தாகூரின் சொற்பொழிவு களைச் சிறுசிறு பகுதிகளாக மொழிபெயர்த்து அளித்ததன் தொடர்ச்சியாகத் தாகூர் ஆற்றிய நெடிய ஜப்பானியச் சொற்பொழிவை 1918இல் 'ஜப்பானின் ஆவி' என்னும் தலைப்பில் தமிழில் மொழிபெயர்த்துமிருக்கின்றார்.

ஜப்பானில் டோக்கியோ நகர சாம்ராஜ்ய சர்வகலா சங்கத்தில் தாகூர் ஆற்றிய சொற்பொழிவைப் பாரதி "பூமண்டலத்தின் சரித்திரத்திலே ஒரு புதிய நெறி காட்டுவது" எனச் சிறப்பித்துப் பேசுகின்றார். தாகூர் கல்கத்தாவிலிருந்து புறப்பட்டுக் கோபே என்னும் துறைமுக நகரத்தில் இறங்கி, அந்த நிலத்தில்

கால்வைக்கும் முன்பாகவே ஜப்பான் பத்திரிகையாளர்கள் அவரைப் "பலாப்பழத்தை ஈ வந்து மொய்ப்பதுபோல்" சூழ்ந்து கொண்டார்களாம். அப்படிச் சூழ்ந்துகொண்டதற்கான காரணத்தைப் பாரதி "பாரத தேசத்து மஹாகவியின் சொற்களைக் கேட்பதற்கு ஜப்பான் அத்தனை தாகத்துடனிருந்தது" என்று எழுதிச் செல்லுகின்றார். அந்தப் பயணத்தில் பல இடங்களில் ஆற்றிய சொற்பொழிவுகளில் தாகூர் ஜப்பானுடைய உன்னத நிலையையும், உறங்கிய ஆசியாவை ஜப்பான் எழுப்பிய உயர்வையும், ஆசியாவிற்கு ஜப்பான் அளித்துள்ள தைரியத்தையும் விதந்து பேசியிருக்கின்றார். அதேவேளையில் ஜப்பானில் மேற்குலக நாகரிகத் தாக்கத்தால் ஏற்பட்டுள்ளதாகத் தான் காணும் குறைகளையும் சுட்டுவதோடு ஜப்பான் எப்படி இருக்க வேண்டும் என்பது பற்றியும் குறிப்பிட்டிருக்கின்றார். தாகூரின் வருகை, சொற்பொழிவுகள் பற்றி ஜப்பானின் 'டோக்கியோ மானிச்சி', 'யோர்த்ரை' முதலிய பத்திரிகைகள் வெளியிட்ட செய்திகளையும் பாரதி எடுத்துரைத்திருந்தார். தமிழ்நாட்டு மக்களுக்கு இந்தக் கட்டுரையின் வாயிலாகத் தாகூரின் பெருமையையும் ஜப்பானின் உன்னத நிலையினையும் ஒருசேரப் பாரதி வெளிப்படுத்தியிருந்தார்.

ஜப்பானில் தாகூர் கொண்டாடப்பட்ட வரலாற்றைத் தமிழில் விரிவாக எழுதிய பாரதி இந்தியப் பத்திரிகைகள் ஜப்பானில் தாகூர் பெற்ற வரவேற்பை, பெருமையைப் போதுமான அளவில் வெளியிடவில்லை என்றும் ஆதங்கப்பட்டார். அன்னி பெசண்டின் 'நியூ இந்தியா' (14.9.1916) இதழிலும், தன்னைச் சந்திக்க மைசூரிலிருந்து வந்த 'இந்து' நாளிதழின் செய்தியாளரிடமும் (The Hindu, 22.9.1916, பாரதி கருவூலம், ப. 126) இந்தக் கருத்தை வற்புறுத்தியிருந்தார்.

தாகூரின் ஜப்பான் பயணம், ஆற்றிய சொற்பொழிவுகள், பாரதி அவற்றைக் கொண்டாடியமை குறித்து ஆ.இரா. வேங்கடாசலபதியின் பின்வரும் கூற்று இத்தொடர்பில் மனங்கொள்ளத் தக்கது.

> ஜூன் 1916இல் எழுதிய 'லோக குரு' என்ற மிக முக்கியமான கட்டுரையில் ஜப்பானின் டோக்கியோ இம்பீரியல் கல்லூரியில் தாகூர் ஆற்றிய உரையிலிருந்து பல நெடும் பத்திகளைத் தமிழாக்கியதோடு அதைப் பற்றிய தன் கருத்தையும் விரிவாகப் பதிவு செய்திருக்கிறான் பாரதி. உறங்கிக்கொண்டிருக்கும் ஆசியக் கண்டத்தை ஜப்பான் எழுப்புவதாகவே தாகூரின் உரையை அவன் பொருள் கொண்டான்.
>
> (எழுக, நீ புலவன்!, ப. 45)

9

உலக வரலாற்றிலும் ஜப்பான் நாட்டு வரலாற்றிலும் மாபெரும் நிகழ்வாகிய ஜப்பான் – ரஷ்யப் போர் *(1904–1905)* குறித்த செய்திகளையும் பார்வைகளையும் பாரதி பலமுறை வெளிப்படுத்தியிருக்கின்றார். போர்க்காலத்தில் ஒரு ஜப்பானியத் தாய் காட்டிய உணர்வை ஒரு நிகழ்வின் மூலம் வெளிப்படுத்தி யதைப் போலவே போர், ஜப்பானின் எழுச்சி, போரின் விளைவு, ஜப்பான் உலக அரங்கில் பெற்ற உன்னத இடம் முதலியவற்றை யெல்லாம் எடுத்துரைத்திருக்கின்றார். போருக்குப் பின்னர்ப் போர் குறித்து வெளிவந்த நூல்களுள் சிறப்பானதாகக் கருதப்படும் காப்டென் ஸெஜ்விக் என்பவர் எழுதிய நூலைக் குறித்து பம்பாயிலிருந்து வெளிவந்த 'டைம்ஸ் ஆப் இந்தியா' பத்திரிகை எழுதிய விமர்சனத்தை அறிமுகப்படுத்திய பாரதி "நாமே சீக்கிரம் அந்தப் புஸ்தகத்தைப் படித்து அதைப் பற்றி நமக்குத் தோன்றும் விஷயங்களைப் பிரஸ்தாபிப்போம்" எனவும் *(இந்தியா, 17.4.1909)* குறிப்பிடுகிறார். பாரதியின் கைவசம் ஜப்பான்–ரஷ்யப் போர் குறித்த புகழ்பெற்ற அந்த நூல் இருந்தது என்பதை இதன் வாயிலாக உணர முடிகின்றது.

நவீன ஜப்பானை உருவாக்கியவர்களுள் குறிப்பிடத்தக்கவ ரான ஹேதோ (ஐடோ) குறித்து எடுத்துரைக்கையில் ஜப்பான் ரஷ்யாவை வெற்றிகொண்ட சரித்திர நிகழ்வைப் பின்வருமாறு நினைவுகூர்ந்திருந்தார்.

> வெகுகாலமாய் சீர்கெட்டு ஜனப்பிளவு முதலிய துக்கங்களில் ஆழ்ந்து அதிக கஷ்டங்களை யனுபவித்து வந்த பயனற்ற ஜப்பானை, ஐரோப்பா – ஆசியா கண்டங்களின் பாதிக்குமேல் கட்டிக் கொண்டாளும் ஐரோப்பிய ராஜாங்கமான ருஷ்யாவை அற முறியடித்து வெற்றி பெற்று வீரப்பிரதாபத்துடன் தற்காலம் உலகில் முதல்தரமான தேசமாக விளங்கிவரும் ஜப்பான் தேசமாகும்படி *35–40* வருஷங்களுக்குள் ஐடோ செய்துவிட்டார்.
>
> *(இந்தியா, 25.12.1909, ப. 266)*

பிறிதொரு சூழலிலும் ஜப்பான் – ருஷ்யப் போரைக் குறித்து, அதில் ஜப்பான் பெற்ற வெற்றியைக் குறித்து, காட்டிய வல்லமையைக் குறித்து,

> பிரிடிஷார் முதலிய ஐரோப்பிய ஜாதியார் நினைத்த மட்டிலே நடுங்கும்படி அத்தனை வல்லமை கொண்டிருந்த ருஷியாவின் வல்லமையை மிகச் சிறிய

நாடும், மேற்கு நாட்டாரால் கடுகென்று மதிக்கப் பட்டு வந்ததுமாகிய ஜப்பான் ஒரு க்ஷணத்திலே சிதறடித்துவிட்டது.

(*இந்தியா*, 1.5.1909, ப. 2)

என விவரித்திருந்தார். மேலும் ஆசியாவிலேயே ஜப்பான் முதன்முதலில் எழுச்சிகொண்டு சாதித்த வரலாற்றை,

இப்போது மறுபடியும் நாகரிகமும் கீர்த்தியும் வீரத் தன்மையும், பெருமையும் ஆசியாவிலே பிறந்து விட்டன. முழு உதயமாய்விட்டது.

(1) ஜப்பான் முதலிலே கண்விழித்து எழுந்து நின்று கொண்டு "ஹ ஹ ஹா!" என்று வீரச்சிரிப்பு சிரிக்கத் தொடங்கிற்று. அது எப்போதும் உறங்கிக் கிடக்கும் என்றெண்ணிய மேல் திசையோரெல்லாம் மூக்கின்மேல் கைவைத்து நின்றுகொண்டிருக்கிறார்கள்.

(*இந்தியா*, 8.9.1906, ப. 5)

எனச் சித்திரித்திருந்தார். இவ்வாறெல்லாம் பாரதியின் பார்வையில், பதிவுகளில் ஜப்பான்-ரஷ்யப் போர் பல நிலைகளில் காட்சி தருகின்றது.

10

*1906*இல் அமெரிக்க–ஜப்பான் உறவில் சிக்கலொன்று தோன்றியது. அமெரிக்காவின் கலிபோர்னியா மாகாணத்தில் கல்வி பயிலச் சென்றிருந்த ஜப்பான் மாணவர்கள் எதிர்கொண்ட அவமதிப்பின், இன்னலின் விளைவாக இரு நாட்டு உறவில் கசப்புகள் ஏற்பட்டன. அமெரிக்காமீது ஜப்பான் இதன் காரணமாகச் சண்டையிடக் கூடும் என்ற எண்ணம் அமெரிக்காவில் எழுந்தது. அந்தச் சூழலில் அமெரிக்க அதிபர் ரூஸ்வெல்ட் கலிபோர்னியா மாகாண அரசாங்கத்தைக் கண்டித்ததோடு ஜப்பானிய மாணவர்களுக்கும் ஜப்பானியர்களுக்கும் ஆதரவாக நடந்துகொண்டார். சிக்கல் பெரிதாகாமல் நிலைமை சீரானது. இதையொட்டி உலகளாவிய பத்திரிகைகள் தொடர்புடைய செய்திகளையெல்லாம் முக்கியத்துவம் அளித்து வெளியிட்டன. பாரதியின் கவனத்திற்கு வந்த இதனைப் பலமுறை விரிவாக எழுதியிருக்கின்றார். 'ரெவ்யூ ஆப் ரெவ்யூஸ்' என்னும் ஆங்கில இதழில் இச்சிக்கல் குறித்து வெளிவந்த கருத்துப் படத்தைப் பாரதி தன் 'இந்தியா' (*23.3.1907*) இதழில் முகப்புப் படமாக எடுத்து வெளியிட்டிருந்தார். 'சித்திர விளக்கம்' பகுதியில் தனது கருத்துகளை விளக்கமாக எழுதி யிருந்தார். இந்த விவகாரத்தில் ரூஸ்வெல்ட் நடந்துகொண்ட

முறையையும், எல்லா நாட்டு மக்களையும் சமமாக நடத்த வேண்டும் என அவர் சொல்லியிருந்ததையும் ஆங்கிலேயப் பத்திரிகைகள் மகிழ்ச்சியோடு எழுதுவதை எடுத்துக்காட்டி, ஆங்கிலேயர்கள் நம்மைப் பாரபட்சமாக நடத்துவதை உணர்த்தும் வண்ணம் பாரதி பின்வருமாறு கேள்வி எழுப்பியிருந்தார்.

> ரூஸ்வெல்ட் அதிபர் எல்லா தேச ஜனங்களையும் சமமாக நடத்த வேண்டுமென்று சொல்லியிருப்பதைப் பற்றிச் சில வெள்ளைப் பத்திரிகைகள் வெகு சந்தோஷத்துடன் எழுதுவதைக் கவனிக்கும்போது இங்கிலாந்து அவ்வாறுதான் நடத்திவருகின்றதோ?
>
> *(இந்தியா, 8.12.1906, ப. 4)*

உலகளாவிய நடப்போ ஜப்பான் குறித்த நிகழ்வோ எது பற்றி எடுத்துரைத்தாலும் நம்முடைய நிலையைத் தொடர்புபடுத்திச் சிந்திப்பவராக, கருத்துரைப்பவராகப் பாரதி திகழ்ந்தமையை இத்தகைய இடங்கள் பலவும் காட்டிநிற்கின்றன.

11

பலமுறை ஜப்பான் குறித்துப் பெருமிதம் கொண்டு சிறப்புகளை எடுத்துரைத்த பாரதி சில விமர்சனங்களையும் வைத்திருக்கின்றார்.

> தற்காலத்திலே, சிறிது இறக்கமுண்டாயிருக்கிறது. ஜப்பானியர் பொருளாசை கொண்டு கொரியாவின் சுதந்திரத்தை நாசமாக்குகிறார்கள். இந்தியாவின் ஸ்வதந்திர எழுச்சியினிடம் சிறிதேனும் அனுதாபம் பாராட்டாமலிருக்கிறார்கள்.
>
> *(இந்தியா, 1.5.1909)*

*1909*ஆம் ஆண்டில் பாரதி எடுத்துரைத்ததாகும் இது. பிறிதொரு சூழலில் ஜப்பானியர்களுக்குள் சாதிப் பிரிவுக் கண்ணோட்டம் சிலரிடையே வெளிப்படுவதனை,

> ஸமீப காலத்தில் கிடைத்த டோக்யோத் தந்திகளினின்றும் அங்கு பரம நீதி ஸபை (ப்ரிவி கௌன்ஸில்) அக்ராஸனாபதியான யமகாடா பிரபு என்பவரும், வேறு பல அரமனை அதிகாரிகளும் ராஜிநாமா கொடுத்துவிட்டார்களென்று தெரிகிறது. இதன் காரணம் யாதென்றால், பூர்வ கால முதலாக ஐந்து பழைய குடும்பங்களிலிருந்து மட்டுமே சக்ரவர்த்தி வம்சத்தார் பெண்ணெடுப்பது வழக்கமாக நடைபெற்றுவந்திருக்க, இப்போது அந்த வழக்கத்துக்கு

மாறாகப் பட்டத்திளவரசருக்கு அவ்வைந்து குடும்பங்களில் சேராத ஸேனாதிபதி கூனி இளவரசர் என்பவரின் மகள் இளவரசி நாகாகோ என்பவளை மணம் புரிய நிச்சயித்திருப்பதேயாம். ஜப்பானியப் பரம நீதி ஸபைத் தலைவர் எவ்விதமான ஜாதி பேதம் பாராட்டுகிறார் பார்த்தீர்களா!

(சுதேசமித்திரன், 15.3.1921)

என எடுத்துக்காட்டி வினா எழுப்பியிருந்தார். இத்தனைக்கும் ஜப்பானில் ஏற்கெனவே நிலவிவந்த சாதிப் பிரிவுகள், உயர்வு தாழ்வு நடைமுறைகள் அந்நாட்டு மன்னரால் நீக்கப் பட்டமையையும், தொடர்ந்த முயற்சிகளால் பேதக் கொடுமைகள் மறைந்துபோன நிலையையும் பாரதி எடுத்துரைத்திருக்கின்றார். ஆயினும் இவ்வாறான சில நிகழ்வுகள் காணப்படுவதையும் அவர் சுட்டிக்காட்டத் தவறவில்லை.

12

பாரதியின் எண்ணத்தில் ஜப்பான் பல்வேறு நிலைகளில் சிறந்த இடத்தைப் பெற்றுவந்திருக்கிறது. இந்நூலில் இடம்பெறும் கட்டுரைகள் அல்லாத வேறு படைப்புகளிலும் பதிவுகளிலும் ஜப்பான் குறித்த குறிப்புகள் இடம்பெற்றுள்ளன. ஒருமுறை தன்னைச் சந்திக்க வந்த மைசூர் 'இந்து' நிருபரிடம், அவரை அமெரிக்கப் பத்திரிகைகளுக்கும் ஜப்பானியப் பத்திரிகைகளுக்கும் எழுதுமாறு ஆலோசனை வழங்கியிருக்கின்றார் (*The Hindu*, 22.9.1916, பாரதி கருவூலம், ப. 126). மேலும் தாய்மொழிக் கல்வி குறித்து 'இந்து' நாளிதழுக்குப் பாரதி எழுதியபோது, "தாய்மொழியே ஒருவனது கல்விக்குரிய இயற்கையான, மனிதப் பாங்குடைய போதனா மொழியாகும் என்பதே நமது பிரதான வாதமாகும். இதில் எவருக்கேனும் சந்தேகமிருப்பின் அவர்கள் ஜப்பான், ஸ்காண்டிநேவியா, இங்கிலாந்து, இத்தாலி, மெக்ஸிகோ ஆகிய தேசங்களுக்கோ அல்லது மனிதர்கள் மனிதர்களாக வாழும் வேறு தேசங்களுக்கோ சென்று அங்குள்ள கல்விமான்களை விசாரித்துக்கொள்ளலாம்" (*The Hindu*, 19.10.1916, பாரதி கருவூலம், ப. 118) எனக் குறிப்பிட்டிருந்தார். இவ்வாறு ஜப்பான் சுட்டப்பட்ட இடங்கள் பலவாகும்.

13

பாரதியின் வாழ்க்கை நிகழ்வுகளில், படைப்பு வரலாற்றில் ஜப்பான் வெவ்வேறு வகைகளில் தலைகாட்டுகின்றது. 1920ஆம் ஆண்டின் இறுதியில் தம் நூல்கள் அனைத்தையும் தொகுதிகளாக

வெளியிடும் திட்டமொன்றைப் பாரதி மேற்கொண்டார். அதன் பொருட்டுத் 'தமிழ் வளர்ப்புப் பண்ணை' என்னும் அமைப்பின் பெயரில் அறிக்கையொன்று வெளியிடப்பட்டது. அதில் பாரதியின் பெருமையை எடுத்துரைக்குமிடத்தில் ஜேம்ஸ் எச். கசின்ஸ் என்னும் அயர்லாந்து அறிஞர் பாரதியின் சிறப்பை மொழிந்துள்ள பகுதியை எடுத்துக்காட்டியதோடு பாரதியின் பாடல்களை அவர் மேனாட்டார் வியப்புற மொழிபெயர்த்துள்ளார் என்பதும் குறிப்பிடப்பட்டிருந்தது. கசின்ஸின் சிறப்பைச் சுட்டுமிடத்தில்,

> ஐர்லாந்து தேசத்து மகாகவிகளில் ஒருவரும், ஐப்பான் தேசத்தின் ராஜதானியாகிய டோக்யோ நகரத்திலுள்ள *'Imperial University'* (இம்பீரியல் யூனிவர்ஸிடி) என்ற ஸாம்ராஜ்ய ஸர்வகலா ஸங்கத்தில் இங்கிலீஷ் ஆசிரியராக விளங்கியவருமாகிய ஜேம்ஸ்–எச்–கஸின்ஸ் *(James H. Cousins)* என்பவர்...
>
> (சித்திர பாரதி, ப. 157)

எனத் தமிழ் வளர்ப்புப் பண்ணை அறிக்கை குறிப்பிட்டிருந்தது நோக்கத்தக்கது. பாரதியைக் கொண்டாடிய, மொழிபெயர்த்த அறிஞர் ஜப்பான் நாட்டுப் பல்கலைக்கழகத்தில் ஆங்கில ஆசிரியராக விளங்கியவர் என்பது சிறப்புத் தகுதியாகச் சுட்டப்பட்டிருந்தது. ஜப்பான் நாட்டுப் பல்கலைக்கழகங்கள் இவ்வாறு போற்றப்படுமிடத்தில் அந்நாளிலேயே திகழ்ந்தமையை பாரதியின் பார்வையில் உருவான இவ்வறிக்கை உணர்த்துகின்றது. (இத்தகவலில் ஒரு சிறுமாறுபாடு உள்ளது. கசின்ஸ் பணியாற்றிய ஜப்பான் பல்கலைக்கழகத்தின் பெயர் இம்பீரியல் பல்கலைக் கழகமன்று; கீயோ *(Keio)* பல்கலைக்கழகமாகும்.)

14

ஹெர்பர்ட் ஸ்பென்சர் புகழ்பெற்ற ஆங்கிலேயத் தத்துவ அறிஞர்; ஜப்பானிலிருந்த கெ. கானீகோ என்னும் அறிஞர் ஜப்பான் தொடர்பாக ஸ்பென்சருக்கு ஒரு கடிதம் எழுதி அக்காலத்தில் ஆலோசனை கேட்டிருந்தார். ஜப்பான் நாட்டில் அன்னிய முதலாளிகள் மூலதனம் கொணர்ந்து தொழில், வணிகம் தொடங்க இடம்கொடுத்தல் தொடர்பாக ஜப்பானில் ஏற்பட்ட கருத்து வேறுபாடுகளையொட்டி இந்த ஆலோசனையை அவர் கேட்டிருந்தார். ஸ்பென்சரின் விரிவான ஆலோசனைக் கடிதத்தில் தொழில், வணிகம் குறித்த ஆலோசனைகளோடு இரு வேறு நாட்டினர் – இனத்தினர் மணம் செய்துகொள்ளுதல் தொடர்பாகவும் ஸ்பென்சர் கருத்துகளை வெளிப்படுத்தியிருந்தார்.

அன்னியர்களுடன் விவாக சம்பந்தம் கூடவே கூடாது. ஏனென்றால், மனிதர்களுக்குள்ளேனும், மிருகங்களுக்குள்ளேனும் மிகவும் வேற்றுமையுடைய இரண்டு வகுப்புகளில் சம்பந்தமுண்டாகுமானால், சந்ததி அவ்விரண்டு வகுப்புகளைக் காட்டிலும் இழிவானதாக ஏற்படுகின்றது.

(இந்தியா, 5.6.1909)

இந்தக் கருத்துகளை அடியொற்றிப் பாரதி "அன்னிய தேசத்தாருடன் விவாக சம்பந்தங்கள் ஒருபோதும் செய்து கொள்ளலாகாது" எனக் கட்டுரை நிறைவில் கருத்துரைத்துள்ளார். பாரதி கலப்பு மணத்தை ஆதரித்தவர். சாதி தாண்டி, இந்தியா வுக்குள் இனம் தாண்டிக் கலப்பு மணத்தை ஆதரித்தவர். 'காந்தாமணி' என்னும் சிறுகதையில் தமிழ்ப் பெண்ணும் மலையாள இளைஞனும் காதல்கொண்டு மணந்துகொள்வதாகப் படைத்திருக்கின்றார். அவர்களின் திருமணம் தேவாலயத்தில் நிகழ்ந்ததாகவும் குறிப்பிட்டுள்ளார். அதைவைத்துப் பார்க்கும் போது மலையாள இளைஞன் கிறித்தவச் சமயத்தைச் சேர்ந்தவனாகவும் இருக்கக்கூடும். எனவே மதம் தாண்டிய மணத்தையும் பாரதி ஏற்கிறார் என்று கொள்ளலாம். புதுக்கோட்டை மன்னர் ஆஸ்திரேலியப் பெண்ணை மணந்துகொண்டது தொடர்பாகத் தன் கருத்தை வெளிப்படுத்தாமல் 'தராசு' தொடரில் பதிவு செய்திருக்கின்றார். தமிழ்ப் பெண்ணாகிய ருக்மணியும் ஆங்கிலேயரான அருண்டேலும் மணம் செய்துகொள்ளும் விவகாரத்தில் அத்திருமணத்தை எதிர்த்துச் சென்னைக் கடற்கரையில் மாபெரும் பொதுக்கூட்டம் நடைபெற்றது. அந்தக் கூட்டத்தில் திருமணத்தை எதிர்த்துப் பேசிய முக்கிய மானவர்களில் ஒருவர் வ.உ.சி. (சுதேசமித்திரன், 24.3.1920). இந்த விவகாரத்தில் பாரதி கருத்தெதுவும் தெரிவித்ததாகத் தெரிய வில்லை. ஆனால் ஜப்பானியருக்கு ஸ்பென்சர் வழங்கிய ஆலோசனை பற்றி எழுதுகையில், அன்னிய தேசத்தாருடனான திருமண உறவை ஸ்பென்சரை அடியொற்றிப் பாரதி நிராகரிக்கின்றார். பாரதியின் இந்தக் கருத்து வியப்பளிப்பதாக உள்ளது. சுதேசியம், தேசபக்தி இயக்கம் என்னும் நிலைப்பாடுகளில் ஊன்றி நின்றதால் நாடு தாண்டிய வெவ்வேறு இனத்தினர் மணம் செய்துகொள்வதைப் பாரதி வ.உ.சி.யைப் போல ஏற்கவில்லையோ என எண்ணத் தோன்றுகிறது.

15

பாரதியியலில் நூறு நூறு வகைகளில், வடிவங்களில் நூல்கள் தோற்றம் பெற்றிருக்கின்றன. பாரதியை வள்ளுவர்,

தாகூர், ஷெல்லி முதலிய தமிழக, இந்திய, உலகளாவிய ஆளுமைகளோடு இணைத்து நோக்கிய நூல்கள் இதற்குமுன் வெளிப்பட்டிருக்கின்றன. பாரதியின் உலகப் பார்வையைக் குறித்துப் பொதுநிலையில் எழுதப்பட்டவையும் உண்டு. எனினும் ஒரு நாட்டைக் குறித்த பாரதியின் பார்வைகளைத் தொகுத்து நோக்கும் முயற்சிகளின் வரலாறு இந்நூலிலிருந்து தொடங்குகிறது எனலாம்.

ஜப்பான் குறித்தும், ஜப்பான் தொடர்பாகவும் இருபதுக்கும் மேற்பட்ட கட்டுரைகள் இந்நூலில் இடம்பெறுகின்றன. ஜப்பான் நாட்டைக் குறித்துத் தாகூர் ஆற்றிய நெடிய சொற்பொழிவை ஆங்கிலத்திலிருந்து பாரதி 1918ஆம் ஆண்டில் மொழிபெயர்த்தார். அதுவும் இந்நூலில் இடம்பெறுகின்றது. 'இந்தியா' இதழில் மீண்டும் எடுத்துப் பதிப்பிக்கப்பெற்ற, ஜப்பான்–அமெரிக்கா உறவில் எழுந்த சிக்கல் குறித்த 'ரெவ்யூ ஆப் ரெவ்யூஸ்' (*Review of Reviews*) என்னும் இதழ்க் கருத்துப்படமும் இந்நூலில் பாரதியின் விளக்கத்தோடு இடம்பெற்றுள்ளது. ஜப்பான் குறித்த கட்டுரை, ஜப்பான் சென்று திரும்பிய இளைஞரின் சொற்பொழிவு ஆகியன பாரதி நடத்திய 'இந்தியா' இதழில் வெளிவந்திருந்தன. 'இந்தியா' இதழில் வெளிவந்த 'ஜப்பான்' என்னும் கட்டுரையை எழுதியவர் பெயர் 'வீரஸிம்ஹன்' எனக் குறிப்பிடப்பட்டுள்ளது. இப்புனைபெயருக்குள் உறைந்திருப்பவர் யார் என்பது தெரியவில்லை. நூலின் பிற்சேர்க்கைகளில் இவை இடம்பெற்றுள்ளன.

பாரதியின் ஜப்பான் குறித்த படைப்புகள் 'கால வரிசைப்படுத்தப்பட்ட பாரதி படைப்புகள்' தொகுதிகளில் ஆங்காங்குப் பெரும்பாலும் இடம்பெற்றுள்ளன. அவை இந்நூலாக்கத்திற்குப் பயன்பட்டன. எனினும் மூன்றில் இரண்டு பங்கு கட்டுரைகள் 'இந்தியா', 'சுதேசமித்திரன்', 'நியூ இந்தியா' முதலியவற்றின் மூலப் பிரதிகளின் அடிப்படையிலேயே இப்பதிப்பில் இடம்பெற்றுள்ளன. அரிதின் முயன்று பாரதியியல் முன்னோடி சீனி. விசுவநாதன் அவற்றை ஆக்கியுள்ளபோதிலும் அவற்றுள் சில மாற்றங்களும் விடுபாடுகளும் உள்ளன. திருத்தமான பாடம் கருதி மூலப் பிரதிகளையே பெரிதும் பயன்படுத்தியிருக்கிறேன். 'லோக குரு' முதலிய கட்டுரைகளின் மூல வடிவங்கள் சில புதிதாக என்னால் கண்டறியப்பட்டவை யாகும். பிற்சேர்க்கையில் இடம்பெறும் 'இந்தியா' கட்டுரைகளும் புதிதாகக் கண்டறியப்பட்டவையே. தாகூர் சொற்பொழிவின் பாரதி மொழிபெயர்ப்பும் 1918இல் வெளிவந்த மூலநூலிலிருந்தே இந்நூலில் இடம்பெற்றுள்ளது.

ஜப்பானியக் கவிதை, தாகூரின் ஜப்பான் பயணம், ஜப்பானில் சமஸ்கிருதக் கல்வி, ஜப்பானில் தாகூர் ஆற்றிய சொற்பொழிவு ஆகிய பாரதியின் எழுத்தோவியங்களுக்கு அடிப்படையாக அமைந்த ஆங்கில மூலங்களாகிய 'My Own Japanese Poetry' (by Yone Noguchi), 'Sir Rabindranath Tagore in Japan', 'Sanskrit in Japan', 'The Spirit of Japan' (by Sir Rabindranath Tagore) ஆகியன 'The Modern Review' இதழிலிருந்து முதன்முறையாகக் கண்டறியப்பட்டு இந்நூலில் பிற்சேர்க்கைகளாக அளிக்கப் பெற்றுள்ளன. இந்த ஆங்கில மூலங்கள் பாரதியை மேலும் நன்கு புரிந்துகொள்ள உதவும். ஆங்கிலத்தில் வெளிவந்த செய்திகளை உள்வாங்கிக்கொண்டு பாரதி எங்ஙனம் வெளிப்படுத்தி யுள்ளார், மொழிபெயர்ப்பில் பாரதியின் கைவண்ணம் எவ்வாறு சிறந்திலங்குகின்றது முதலியவற்றை அறிய இவை அரிய ஆதாரங்களாகும்.

இந்நூலில் இடம்பெறும் கட்டுரைகள் பொருண்மை நோக்கில் வரிசைப்படுத்தப்பெற்றுள்ளன. இலக்கியம், தாகூரின் ஜப்பான் பயணம், ஜப்பான்–ருஷியப் போர் தொடர்பானவை, ஜப்பான்–அமெரிக்க உறவு தொடர்பானவை, இந்தியா தொடர்பானவை, பிற எனப் பொருண்மை வகைப்பாடு இப்பதிப்பில் கொள்ளப்பட்டுள்ளது. எனினும் காலந்தோறுமான கருத்துப் போக்குகளைக் கருதிப்பார்க்க வாய்ப்பாகக் கட்டுரை களின் காலமும் மூலமும் காட்டும் நிரல் பிற்சேர்க்கைப் பகுதியில் இடம்பெற்றுள்ளது.

பிற்சேர்க்கையின் இறுதியாகப் பாரதிதாசனின் கவிதை இடம்பெறுகிறது. உலகையே உலுக்கிய–ஜப்பானை உருக்குலைத்த இரோஷிமா, நாகசாகி அணுகுண்டு வீச்சின்போது பாரதி இருந்திருந்தால் எப்படிக் கவிதையில் கொந்தளித்திருப்பாரோ அதைப் போலப் பாரதியின் இடத்தில் இருந்த பாரதிதாசன் பாடிய பாடலாக இதைக் கொள்ளலாம். ஜப்பானைக் குறித்த பாரதியின் கவிதை ஏதும் நமக்குக் கிடைக்கவில்லை என்னும் குறையை இது ஈடுசெய்கிறது எனலாம்.

ஜப்பான் தொடர்பிலான பாரதியின் கட்டுரைகளும் கருத்துகளும் இந்நூலில் இடம்பெறுவனவற்றோடு நிறைவு பெற்றுவிடவில்லை. 'இந்தியா' முதலிய இதழ்களில் சிறு பதிவுகளாகவும், வேறு கட்டுரைகளில் சிறு செய்திகளாகவும் இன்னமும் பல உண்டு. ஒரு வரையறை கருதி இந்நூல் இப்போது இந்த வடிவத்தைப் பெற்றுள்ளது. எதிர்வரும் காலங்களில் இத்தொகுதி மேலும் வளம்பெறும். மூலப் பிரதிகள் பயன்படுத்தப்படாத சில கட்டுரைகளின் 'இந்தியா'

இதழ் மூலங்களும் வருங்காலத்தில் பயன்கொள்ளப்பெற்றுப் பாடங்கள் உறுதிபெறும்.

16

'மகாகவி பாரதியும் சங்க இலக்கியமும்', 'பாரதியும் காந்தியும்', 'புதுவைப் புயலும் பாரதியும்', 'பாரதியும் குள்ளச்சாமியும்', 'பாரதியும் உ.வே.சா.வும்' என இணைத்தெண்ணி உருவாக்கிய என் நூல்கள் வரிசையில் 'பாரதியும் ஜப்பானும்' என்னும் ஒரு நூல் உருவாகும் என நான் எண்ணியதே இல்லை. அடுத்தடுத்துத் திடீரென வந்த இரு தொலைபேசி அழைப்புகள் இந்த நூல் உருவாகக் காரணமாயின. பாரதியியல் ஆளுமை, தலைசிறந்த சொற்பொழிவாளர், பொதுவுடைமை இயக்கத் தளகர்த்தர் அன்பிற்கினிய அண்ணன் வழக்கறிஞர் ஸ்டாலின் குணசேகரன் அவர்கள் 'மக்கள் சிந்தனைப் பேரவை' ஜப்பான் கிளையின் பாரதி விழாவில் பங்கேற்க அழைத்தது முதல் அழைப்பு. ஜப்பான் மக்கள் சிந்தனைப் பேரவையின் ஆலோசகரும் வரலாற்று ஆய்வாளருமான திரு. ச. கமலக்கண்ணன் அவர்களின் அழைப்பு இரண்டாவது. பொழிவாற்ற வந்த அழைப்பு நூலாக்க எண்ணத்திற்கு வித்திட்டது.

உடனடியாகப் பாரதியியல் அறிஞர், வ.உ.சி. இயல் வல்லாளர் பேராசிரியர் ஆ.இரா. வேங்கடாசலபதியோடும் அடுத்து அன்பிற்கினிய செவாலியே திரு. கண்ணன் அவர்களோடும் கலந்து பேசியதும் நூற்பணிகள் தொடக்கம் பெற்றன. என் நூல்களனைத்தும் அன்பிற் சிறந்த சலபதியின் பார்வைபெற்று மிளிர்தல் வழக்கம். இந்நூலும்தான்!

இந்நூலின் முயற்சிகளில் என் அன்பிற்கினிய சேக்கிழார் அடிப்பொடி திருமிகு தி.ந. இராமச்சந்திரன் அவர்களின் புதல்வர் மருத்துவர் டி.ஆர். சுரேஷ், புது தில்லி ஜவகர்லால் நேரு பல்கலைக்கழகச் சிறப்புநிலைத் தமிழ்த்துறைத் தலைவர் பேராசிரியர் இரா. அறவேந்தன், சிங்கப்பூர் சமூக அறிவியல் பல்கலைக்கழகத் தமிழ்மொழி மற்றும் இலக்கியப் பட்டப் படிப்புத்துறையின் தலைவர் முனைவர் மு. மணிவண்ணன், சென்னைப் பல்கலைக்கழகப் பொருளியல் துறையின் முன்னைத் தலைவரும், தமிழ்நாடு அரசு திட்டக்குழுவின் முன்னைத் துணைத்தலைவரும் திராவிட இயக்க ஆளுமைகளில் குறிப்பிடத்தக்கவருமாகிய பேராசிரியர், அறிஞர் மு. நாகநாதன் அவர்கள், அவர்தம் புதல்வரும், சமூக இயக்க உணர்வாளுமைகளில் குறிப்பிடத்தக்கவரும், தமிழ்நாடு அரசு சட்டமன்ற உறுப்பினருமான மருத்துவர் நா. எழிலன் அவர்கள்,

புது தில்லி நேரு நூலகத்தார், எட்டயபுரம் பாரதி ஆவணக் காப்பக நூலக உதவியாளர் திரு. வே. முத்துசாமி, அன்பிற்கினிய எழுத்தாளர் டி.ஐ. அரவிந்தன், காலச்சுவடு ஜி.ஆர். மணிகண்டன், பா. கலா முருகன் முதலியோர் துணைநின்றுள்ளனர்.

பாரதியின் ஆணைப்படி நன்று கருதி நாளெலாம் வினைசெயும் குறிக்கோள் நெஞ்சினன் எனதன்பு மகன் ம. நச்சினார்க்கினியன், என்னுயிர்வே தன்னுயிர்வாகக் கருதிக் களிக்கும் மனைவி ம. சாந்தி ஆகியோர் சுமைகள் தாங்கித் துணையாக நடைபோடுபவர்கள்; என் ஒவ்வொரு செயலிலும் என்னோடிருப்பவர்கள். என் வாழ்க்கையின் பெரும்பகுதி உடன் பயணிக்கும் எதிர்பார்ப்பில்லா அருமைச் சகோதரர்கள் அண்ணன் விழிகள் திரு. தி. நடராசன், அண்ணன் திரு. தி. வேணுகோபால் ஆகியோர்.

தம் பேரன்பாலும் பேரருளாலும் என்னை வழிநடத்திக் கொண்டிருக்கும் என் ஆசிரியப் பெருந்தகைகள் நம் காலத்தின் மாபெருங்கவிஞர் ஈரோடு தமிழன்பன் அவர்கள், மாபெருந் தமிழறிஞர் பொற்கோ அவர்கள்.

என் தமிழ்ப் பயணத்தில் புதிய முயற்சியொன்றை நான் தொடங்கும்போதும் நிறைவுசெய்யும்போதும் என் உயர்வுக்காகத் தன்னை அர்ப்பணித்துக்கொண்ட ஓர் உன்னத தெய்வதத்தின் தூய அன்பும் நினைவும் என்னுள் மீதூர்ந்தெழல் வழக்கம்; சொல்லில் சிலம்பாடும் பிறிதிரு தெய்வதம் துணைசெய்த காட்சிகள் நெஞ்சில் துலங்கலும் வழக்கம்.

இவர்களெல்லாம் என்னில் கலந்து என்னை இயக்கிக் கொண்டிருக்கின்றனர்.

இந்நூற்பணிகளிலும் கடந்த ஐந்தாண்டுகளாக என் தமிழ்ப் பணிகள் பலவற்றிலும் சிறப்பாகக் கலந்திருப்பவர் என் அருமை முனைவர் பட்ட ஆய்வு மாணவச் செம்மல் சி. இளங்கோ. தனிப்பாடல் யாப்பாய்வில் தழைப்பவர். மற்றைய என் அன்பு முனைவர் பட்ட ஆய்வு மாணவச் செல்வங்கள் ந. சூரிய மூர்த்தி, ஏ. நாகராசன், செ. தாமோதரன், செ. திவ்யா ஆகியோரும் இந்நூற்பணிகளில் ஒவ்வொரு நிலையில் செயல்பட்டுள்ளனர். எதிர்காலத் தமிழுலகை வளப்படுத்தவுள்ள இவ்விளையோர்க்கு இனிய வாழ்த்துகள்!

17

நூற்றாண்டுக்கு முன்பே ஆயிரம் தடைகளுக்கும் துன்பங்களுக்கும் இடையில் ஒட்டுமொத்த உலக நடப்புகளையும் உற்றுநோக்கி

எதிர்வினையாற்றிய, தமிழ்ச் சமூகத்திற்கு உலகளாவிய பார்வையை, விழிப்பை ஊட்டிய ஒருபெரும் தமிழ்ப் பேராளுமை பாரதி என்பதை மற்றுமொரு பரிமாணத்தில் காட்சிப்படுத்தும் நூலாக இந்நூல் ஒளிர்கின்றது.

உலகின் பழம்பெரும் செம்மொழியான தமிழின் மகாகவி, இந்தியத் திருநாட்டின் தேசியக் கவிஞர், இந்திய விடுதலை இயக்கப் பெருங்கவிஞர் நூறு ஆண்டுகளுக்கு முன்னமே ஜப்பான் நாட்டின் இலக்கியம், பண்பாடு, அரசியல் குறித்துப் படைத்துள்ள எழுத்துலகம் அரும்பெரும் வரலாற்று ஆவணமாகும். ஜப்பான் – இந்தியா உறவு வரலாற்றையும், ஜப்பான் – தமிழ்மொழி தொடர்பு வரலாற்றையும் மேலும் வளப்படுத்தும் நூற்பாலமாகும்.

> ஜப்பானுக்கும் இந்தியாவுக்கும் இக்காலத்தில் பலவிதமான சம்பந்தங்கள் ஏற்படுவது பல விதமான நன்மைகளுண்டாக்கக்கூடியது. ஜப்பானியர்களால் நமக்கு எத்தனையோ காரியங்கள் ஆக வேண்டி யிருக்கிறது. ஜப்பானியர்களிடமிருந்து நாம் எத்தனையோ விஷயங்கள் கற்றுக்கொள்ள வேண்டியிருக்கிறது. ஜப்பானியர்கள் நமது தேசத்தை "தேவலோகம்" என்று தமது பாஷையிலே வழங்கிவருகிறார்களென்பது முன்னமே சொல்லியிருக்கிறோம். அத் தேசத்தாருக்கு நம்மிடமுள்ள மதிப்பை நாம் வளர்க்க முயற்சி புரிய வேண்டும்.

(இந்தியா, 10.11.1906, ப. 7)

இந்த பாரதி வாக்கு என்றென்றும் ஒளி கொண்டதன்றோ?

சென்னை   **ய. மணிகண்டன்**
11.11.2024

1

ஜப்பானியக் கவிதை

ஸமீபத்திலே 'மாடர்ன் ரிவ்யூ' என்ற கல்கத்தாப் பத்திரிகையில் உயோநே நோகுச்சி என்ற ஜப்பானியப் புலவர் ஒரு லிகிதம் எழுதியிருக்கிறார். அதிலே அவர் சொல்வதென்னவென்றால்: இங்கிலாந்து, அமெரிக்கா என்ற தேசங்களிலுள்ள இங்கிலீஷ் கவிதையைக் காட்டிலும் ஜப்பானியக் கவிதை சிறந்தது. காரணமென்ன?

மேற்குக் கவிதையில் சொல் மிகுதி. எண்ணத்தை அப்படியே வீண் சேர்க்கையில்லாமல் சொல்லும் வழக்கம் ஐரோப்பியக் கவிதையிலே யில்லை. எதுகை, சந்தம் முதலியவற்றைக் கருதியும், சோம்பற் குணத்தாலும், தெளிவில்லாமையாலும், பல சொற்களைச் சேர்த்து வெறுமே பாட்டை, அது போகிற வழியெல்லாம் வளர்த்துக்கொண்டு போகும் வழக்கம் ஐரோப்பாவிலும் அமெரிக்கா விலும் அதிகமிருக்கிறது. தம்முடைய மனதிலுள்ள கருத்தை நேரே வெளியிடுவதில் மேற்குப் புலவர் கதைகளெழுதுவோரைக் காட்டிலும் சக்தி குறைந்திருக்கிறார்கள்.

ஜப்பானில் அப்படியில்லை. வேண்டாத சொல் ஒன்றுகூடச் சேர்ப்பது கிடையாது. கூடை கூடையாகப் பாட்டெழுதி அச்சிட வேண்டுமென்ற ஒரே ஆவலுடன் எப்போதும் துடித்துக் கொண்டிருப்பவன் புலவனாக மாட்டான். கவிதை யெழுதுபவன் கவியன்று; கவிதையே வாழ்க்கையாக வுடையோன், வாழ்க்கையே கவிதையாகச் செய்தோன், அவனே கவி. புலவனுக்குப் பணம் ஒரு

பொருளன்று. வானத்து மீன், தனிமை, மோனம், மலர்களின் பேச்சு, இவற்றிலே ஈடுபட்டுப்போய், இயற்கையுடனே ஒன்றாகி வாழ்பவனே கவி.

ஜப்பானிய பாஷையில் பதினேழசை கொண்ட 'ஹொக்கு' என்ற பாட்டு ஒரு தனிக் காவியமாக நிற்கும். முப்பத்தோரசையுள்ள 'உத்தா' (உக்தம்) என்பதும் அங்ஙனமே.

உயோநே நோகுச்சி தமது கருத்தை விளக்கும் பொருட்டுச் சில திருஷ்டாந்தங்கள் காட்டியிருக்கிறார். அமெரிக்காவில் மிஸ். ரீஸ் (Miss Lizette Woolworth Reese) என்பதோர் கவிராணி யிருக்கிறார். வேண்டாதவற்றைத் தள்ளி விடுவதில் அந்த மிஸ். ரீஸ் என்ற பெண் புலவர் பெயர்வாங்கியிருக்கிறார். அநாவசியமான பதச் சேர்க்கை, அநாவசியமான கருத்து – விளக்கம் என்ற இரண்டுமில்லாமல் முத்துப்போலே பதங்கள் கோக்கும் நல்ல தொழிலாளியாகிய அக் கவி ராணி இங்கிலிஷ் பாஷையில் 'மழை'யைக் குறித்து எழுதியிருக்கும் அடிகள் சிலவற்றை நோகுச்சி எடுத்துக்காட்டுகிறார்.

மழை

(மிஸ். லிஜெத் ரீஸ் எழுதியதன் மொழிபெயர்ப்பு மாதிரி யடிகள்.)

ஓ! வெண்மையுடையது; மழை இளையது. கூரைமேலே சொட்டுச் சொட்டென்று விழுகிறது. வீட்டுக்குள் நூறு வஸ்துக்கள் ஓடி வருகின்றன; பூண்டுகளின் மணம். பழமையின் நினைவு, இவையெல்லாம். புல்லாந்தரையிலே குளம் தெரிகிறது, உடைந்த கண்ணாடித் துண்டுபோலே. (1)

சிறிய வெளிக்கதவு புடைக்கிறது பார். அதுவரை செவந்த கொடிப்பூண்டுகள் நேரே ஓடிச் செல்லுகின்றன. (2)

ஓ! வீட்டுக்குள் நூறு வஸ்துக்கள் வந்து நுழைகின்றன. கற்பூரச் செடியின் மணம், பழைய மகிழ்ச்சி, பழைய துன்பம்; இளைய வெண்மழையிலே கிடைத்தன. (3)

மேற்கூறிய பாட்டை எடுத்துக்காட்டிவிட்டுப் பிறகு நோகுச்சி சொல்லுகிறார்:

"வெண்மையுடையது; மழை இளையது" என்ற முதலடியில் வியப்பில்லை. அதிஸாமான்யமான வார்த்தை. கடைசி விருத்தம் வயிரம்போலிருக்கிறது. அதை மாத்திரம் தனிக் கவிதையாக வைத்துக்கொண்டு மற்றதையெல்லாம் தள்ளிவிடலாம்.

ஜப்பானியப் புலவன் அப்படியே செய்திருப்பான். சிறிய பாட்டுப் போதும். சொற்கள், சொற்கள், சொற்கள் – வெறுஞ் சொற்களை வளர்த்துக்கொண்டு போய் என்ன பயன்?

ஜப்பானிலே பதினெட்டாம் நூற்றாண்டில் "பூஸோன் யோஸாஹோ" என்ற ஜப்பானியக் கவிராயர் ஒரு 'ஹொக்கு' (பதினேழசைப் பாட்டுப்) பாடி யிருக்கிறார். அதன் மொழிபெயர்ப்பு:

"பருவ மழையின் புழையொலி கேட்பீர், இங்கென் கிழச்
செவிகளே."

இந்த ஒரு வசனம் ஒரு தனிக் காவியம். பாட்டே இவ்வளவுதான்.

மேற்படி ஹொக்குப் பாட்டைப் படித்துவிட்டுத் திரும்பத் திரும்ப மனனம் செய்யவேண்டும். படிப்பவனுடைய அனுபவத்துக்குத் தக்கபடி அதிலிருந்து நூறு வகையான மறைபொருள் தோன்றும். பல பல பதங்களை அடுக்கி ஏடுகளைப் பெருக்குவது சிறந்த கவிதையன்று. கேட்பவனுள்ளத்திலே கவிதை யுணர்வை எழுப்பிவிடுவது சிறந்த கவிதை.

❍

மற்றுமொரு நேர்த்தியான 'ஹொக்கு'ப் பாட்டு!

வாஷோ மத்ஸுவோ *(Basho Matsuso)* என்றொரு ஜப்பானிய கவியிருந்தார். இவர் வறுமையே விரதமாகப் பூண்டிருந்தாராம். ஒரு சீடன் இவரிடம் கல்வி கற்று முடிந்து வீட்டுக்குத் திரும்புகையிலே இவரிடம் மூன்று ரியோ (அதாவது ஏறக்குறைய முப்பது வராகன்) காணிக்கையாகக் கொடுத்தான். இவர் ஒருநாளுமில்லாதபடி புதிதாக வந்த இந்தப் பணத்தை வைத்துக் காப்பது தமக்குத் தொல்லை[யாத]லால், 'வேண்டியதில்லை' யென்று திரும்பக் கொடுத்துவிட்டாராம்.

இவருக்காக காகா *(Kaga)* என்ற ஊரில் ஹொகூஷி என்றொரு மாணாக்கர் இருந்தார். இந்த ஹொகூஷியின் வீடு தீப்பட்டெரிந்துபோய்விட்டது. அந்தச் செய்தியை ஹொகூஷிப் புலவர் தமது குருவாகிய "வாஷோ மத்ஸுவோ" புலவருக்குப் பின்வரும் பாட்டில் எழுதியனுப்பினார்:

"தீப்பட் டெரிந்தது:
வீழு மலரின் – அமைதி யென்னே!"

மலர் தனக்கு வாழுங்காலம் மாறிக் கீழே விழும்போது எத்தனை அமைதியுட னிருக்கிறதோ அத்தனை அமைதியுடன் ஞானி தனக்கு வரும் துன்பங்களை நோக்குகின்றான். வீடு தீப்பட்டெரிந்தது.

ஆனால் அது பற்றித் தன் மனம் அமைதியிழந்து போகவில்லையென்ற விஷயத்தை ஹொாகூஷி இந்தப் பாட்டின் வழியாகத் தெரிவித்தார்.

❍

"சுருங்கச் சொல்லி விளங்க வைத்தல்" ஜப்பானியக் கவிதையின் விசேஷத் தன்மையென்று "நோகுச்சிப் புலவர்" சொல்வதுடன், ஆங்கிலேயரின் கவிதை இதற்கு நேர்மாறாக நிற்கிறதென்றும் சொல்லுகிறார். நமக்குள்ளே திருக்குறள் இருக்கிறது. "கடுகைத் தொளைத்தேழ் கடலைப் புகட்டிக், குறுகத் தறித்த குறள்." கிழக்குத் திசையின் கவிதையிலேயே இவ்விதமான ரஸம் அதிகந்தான். தமிழ் நாட்டில் முற்காலத்திலே இது மிகவும் மதிப்பெய்தி நின்றது. ஆனாலும், ஒரேயடியாகக் கவிதை சுருங்கியே போய்விட்டால் நல்லதன்று. ஜப்பானிலேகூட எல்லாக் கவிதையும் 'ஹொாக்கு' பாட்டன்று. நோகுச்சி சொல்வதிலே அருமையான உண்மை யிருக்கிறது.

எப்பொருள் யார்யார்வாய்க் கேட்பினும் அப்பொருள்
மெய்ப்பொருள் காண்ப தறிவு.

சுதேசமித்திரன், **18.10.1916, ப. 9**

2

லோக குரு

1

நாமே லோக குரு.

'நாம்' என்பது ஹிந்து ஜாதி; பாரத தேசம்.

உலகம் எவ்விதமான குணங்களுடையது? என்ன சக்திகளுடையது? என்ன தத்துவங்களுடையது?

இவ்வகைப்பட்ட கேள்விகளுக்கு ஐரோப்பிய 'ஸயன்ஸ்'காரர் கொடுக்கும் உத்தரங்கள் நாமறிந்தனவேயாம். 'ஸயன்ஸ்' ஆராய்ச்சியின் விஸ்தாரங்கள், விவரங்கள், தனித்தனியான அம்ச விசாரணைகள் இவை நமது நாட்டில் இன்னும் நன்றாகப் பரவவில்லை. ஆனால் கூடிய சீக்கிரத்தில் பரவிவிடும். இதில் ஸந்தேஹமில்லை. ஆயினும், மேற்படி ஆராய்ச்சியின் முடிபுகள் நமது நாட்டு நவீன பண்டிதர்களுக்கு நன்றாகத் தெரியும். மேற்கூறிய 'ஸயன்ஸ்' தீர்மானங்களிலிருந்து மனித வாழ்க்கையைப் பற்றிய பல விசாரணைகள் ஏற்பட்டிருக்கின்றன. மனித அறிவு எப்படிப்பட்டது? இதன் வரம்புகள் எவை? மனிதனிடம் எத்தனை விதமான சக்திகள் அமைந்திருக்கின்றன? இந்த சக்திகளை எவ்வளவு தூரம் ஏற்றிக்கொண்டு போகலாம்? மேலும், மனிதர் பரஸ்பரம் எங்ஙனம் நடந்துகொள்ளவேண்டும்? சங்கவிதிகள் எவை? எங்ஙனம் உண்டாயின? இவற்றை எவ்வளவு தூரம் சீர்திருத்தலாம்? சுருக்கத்திலே, மனிதஜாதி பூர்ண

இன்பத்துடனும், நியாயத்துடனும் வாழ வேண்டுமானால் அதற்குரிய உபாயங்கள் எவை? இதற்கெல்லாம், ஐரோப்பா சொல்லும் உத்தரம் நம்மவர்களுக்குத் தெரியும்.

மேலே குறிப்பிடப்பட்ட ஐரோப்பிய நிச்சயங்களை இங்கு மிகவும் சுருக்கமாகத்தான் சொல்ல முடியும். அவர்களிலே ஒரு கக்ஷி:

"இவ்வுலகம் ஆதியந்தமற்றது. எல்லையில்லாதது. ஜடம், சக்தி என்ற இரண்டு அமிசங்களுடையது. தீராத மாறுதல்களுடையது. அநந்த வெள்ளமாகச் சுழன்று கொண்டு வரும் இவ்வுலகத்தினிடையே, அசேதன (தன்னறிவில்லாத) சக்தியின் செய்கையால் சில அறிவுக் குமிழிகள் தோன்றுகின்றன. இதற்குள்ளே அறிவுமயமான ஆத்மா [உண்]டென்று நினைப்பது பிழை."

வேறொரு கக்ஷி: "இவ்வுலகத்தின் செய்கைகளில் ஒரு பகுதியைத்தான் நாமறிவோம். பொதுப்படையாக இது விகாஸ (Evolution) விதியினால் புதிய புதிய வடிவங்கள் பெற்று வரும் வழக்கமுடையதென்று நினைக்க ஹேதுவுண்டாகிறது. இதற்கு ஆதியந்தம் உண்டா, இல்லையா, எல்லையுண்டா, இல்லையா, அந்தராத்மா உண்டா, இல்லையா முதலிய மூல விசாரணைகளுக்கு விடை நமக்குத் தெரியாது. இனி எக்காலத்திலும் மனிதன் இவற்றைத் தெரிந்துகொள்ள வழியுமில்லை"

இன்னுமொரு கக்ஷி: "இந்த ஜகத்திற்குள் ஓராத்மாவுண்டு. அது ஸர்வ சக்தி மயமானது. . ." ஆனால் இந்தக் கக்ஷி நமது தேசத்து வேதாந்தஞானம் ஐரோப்பாவிலே எட்டிய பிறகு தோன்றியது. தெரிந்தோ, தெரியாமலோ அத்வைத மதச் சார்பு கொண்டது. ஆனால் அத்வைத மதத்தை நன்கு சுவானுபூதியாகச் செய்து கொள்ளாதது.

'ஸயன்ஸ்'காரர் ஜகத்தைப் பற்றி நடத்தியிருக்கும் பொது ஆராய்ச்சிகளின் முடிவுகளை மேலே சுருக்கமாகக் காட்டினேன். இனி, மனுஷ்ய ஜாதியின் கதியைக் குறித்து அவர்கள் செய்திருக்கும் சித்தாந்தங்களையும் சில வார்த்தைகளிலே குறிப்பிடுகிறேன்.

ஒரு கக்ஷி: "முதலாவது ஸ்வதந்திரம் விடுதலை எல்லா மனிதருக்கும் உண்டு. விடுதலை என்றால் யாது? பிறருக்குத் தீங்கு வராமல் பார்த்துக்கொண்டு, மற்றப்படி ஸகல விஷயங்களிலும் ஒவ்வொருவனும் தன்னிஷ்டம் போல் நடந்து கொள்ளும் உரிமை. இதிலிருந்து ஸமத்வம் பிறக்கிறது. அதாவது

எல்லாரும் நிகர். குலத்தாலும் கல்வியாலும் மனிதருக்குள் ஏற்பட்டிருக்கும் ஏற்றத்தாழ்ச்சிகளை மாற்றிவிட முடியும். அங்ஙனம் மாற்றிய பிறகுதான் ஒவ்வொருவனும் தன் முழுசக்திகளை வெளிப்படுத்தித் தானும் இன்பமெய்தி மற்றோருக்கும் இன்பந்தர இடமுண்டாகும். இவையிரண்டாலும் ஸஹோதரத்வம் (உடன்பிறப்பு) என்ற தர்மம் ஏற்படும். அதாவது, மனிதர் ஒருவரையொருவர் கீழ்ப்படுத்தித் துன்பஞ்செய்யாமல் உடன்பிறந்தவரைப் போல் அன்புடனும், பரஸ்பர மதிப்புடனும் நடந்துகொள்வர்."

இந்தக் கக்ஷி பதினெட்டாம் நூற்றாண்டில் பிரான்ஸ் தேசத்திலே தோன்றிற்று. பின்னிட்ட பண்டிதர்களிலே பலர் இன்றுவரை இவற்றையே மனுஷ்ய வாழ்க்கையின் ப்ரமாண தர்மங்களென்று ஒப்புக்கொள்ளுகிறார்கள்.

மற்றொரு கக்ஷி: "எல்லாரும் விடுதலைபெற்று ஸமத்வமாக ஒன்று கூடி வாழ்தல் ஸாத்யப்படாது. இந்த உலகமே ஒரு போராட்டம். வலிமையுடையது வலிமையில்லாததைத் தின்னும்; ஆதலால், ஒவ்வொருவனும் இயன்றவரை உடம்பிலும், அறிவிலும் தனக்கு வலிமை சேர்த்துக்கொண்டு வலியதை எதிர்த்தும் எளியதைத் தின்றும் பிழைக்கவேண்டும். பரிபூரண இன்பமும் நியாயமும், மனித வுலகத்தில் தோன்றக்கூடுமென்று நினைக்க ஹேதுவில்லை. வலிமையுடையவன் மிஞ்சுவான், மற்றவர் மடிவார். வலிமையுடையவனுக்கு சுகமுண்டு. மற்றவருக்குத் துன்பந்தான். இதுவே இயற்கைவிதி."

வேறொரு கக்ஷி: "மனிதஜாதி முழுதும் ஒரே சரீரம் போன்றது. தனதின்பம், தனது விடுதலை முதலியவற்றைக் கருதாமல் ஒவ்வொருவனும் மனுஷ்யப் பொதுமைக்கு ஞானமும், சக்தியும், செல்வமும் ஓங்கி வருமாறு பாடுபட வேண்டும். பொது நேர்மைப்பட்டால், பிறகு ஒவ்வொருவனுக்கும் நலமுண்டாகும்."

மேற்கூறப்பட்ட சித்தாந்தங்களை ஒவ்வொன்றாக எடுத்துத் தர்க்கம் பண்ண நேரமில்லை. ஆனால், பின்னே எழுதப்போகும் விஷயங்களினால், உலகத்தின் பொது இயல்பைப் பற்றி ஐரோப்பியரைக் காட்டிலும், நமது தேசத்து ஞானிகள் மிகவும் ஆழ்ந்த உண்மை தெரிந்தோரென்பதை ருஜுப்படுத்தலாமென்ற நம்பிக்கை கொண்டிருக்கிறேன். மனித ஜாதியின் கதியைக் குறித்து ஐரோப்பிய பண்டிதர் நமக்குப் பல புதிய உண்மைகள் காட்டியிருக்கிறார்கள். ஆனால் அவர்களுடைய சாஸ்த்ர நிச்சயங்கள் வலிமையுடையனவல்ல. காரியத்திலே ஒன்றும் பலிக்கவில்லை. மனிதக் கூட்டத்தை முழுதும் மொத்தமாக எடுத்து ஆராய்ச்சிசெய்யும் திறமையே

இன்னும் அவர்களுக்குக் கைகூடவில்லை. ஐரோப்பாவையும், சில கிளைத் தீவுகளையும் மாத்திரம் மனதிலே நினைத்துக் கொண்டு 'மனுஷ்ய ஜாதி' 'மனுஷ்ய ஜாதி' என்று பேசுகிறார்கள். மேலும், ஜகத்தின் உண்மையைப் பற்றிய ஞானம் எவ்வளவு வளர்ச்சி பெறுகிறதோ, அவ்வளவுதான் மனுஷ்யனுடைய கதியைப் பற்றி ஆழ்ந்த தத்வங்கள் புத்திக்குப் புலப்படும். மேற்கூறிய இரண்டு அமிசங்களிலும் ஐரோப்பியர் நம்மிடமிருந்து தெரிந்துகொள்ளவேண்டிய விஷயங்கள் பல இருக்கின்றன. இதர கண்டங்களிலுள்ள மற்ற ஜாதியாருக்கும் இந்த விஷயங் களில் நாமே அறிவு புகட்டத்தக்க நிலைமையிலிருக்கிறோம். இணையற்ற நமது வேதோபநிஷத்துக்களையும், பிறதேசத்து சாஸ்திரங்களையும் ஒருங்கே தெரிந்துகொண்டு உலகத்துக்கு மேலான வழி காட்டக் கூடிய மஹான்கள் நமது தேசத்திலே தான் பிறந்திருக்கிறார்கள். பூமண்டலத்தை நம்முடைய அறிவினாலேதான் மேன்மைப்படுத்தவேண்டும். நவீன பாரதத்தின் சாஸ்திர நிச்சயங்கள் எவையென்பதும், அவற்றால் உலகம் எவ்வாறு நலம் பெறுமென்பதும் அடுத்த வ்யாஸத்திலே எழுதப்படும்.

2

இருபத்து நான்கு வருஷங்களுக்கு முன்பு ஒருநாள் புதுச்சேரியில் ஸ்வாமி விவேகாநந்தருக்கும் ஒரு "வைதிக" பண்டிதருக்கும் தர்க்கம் நடந்தது.

பண்டிதருக்கு வங்காளி பாஷை தெரியாது. ஸ்வாமிக்குத் தமிழ் தெரியாது. ஆகவே, இருவரும் நமது தேச முழுமைக்கும் பொதுப் பாஷையாகிய ஸம்ஸ்க்ருதத்திலே பேசினார்கள்.

"அன்னிய தேசங்களுக்குப் போய் ஹிந்து தர்மத்தின் மஹிமையை உலகமறிய முழக்க வேண்டும்" என்று விவேகாநந்தர் சொன்னார்.

"கப்பல் யாத்திரையே நம்முடைய சாஸ்திரத்துக்கு விரோதம்" என்றார் பண்டிதர். அதற்கு ஸ்வாமி: "பாரத ஜாதியின் ஸநாதன தர்மம் வேதத்தை ஆதாரமாகக் கொண்டது. வேத வுண்மை எல்லா மனிதருக்கும் நன்மை தரும். தற்காலத்து ஜாதிப் பிரிவுகளும் வெளி ஆசாரங்களும் ஹிந்து தர்மத்தின் ஸாரத்தைச் சேர்ந்தனவல்ல. இந்தப் பிரிவுகளும் இவற்றின் புற விதிகளும் மாறின பிறகுதான் ஆரியராகிய நாம் நமக்குரியதாகிய லோக குரு ஸ்தானத்தை நிர்வஹிக்க முடியும்" என்றார். பண்டிதருக்குக் கோபம் வந்துவிட்டது. கையாலும், முகத்தாலும் கோபத்தை வரம்பு கடந்த வகைகளிலே காண்பித்துக்கொண்டு, பண்டிதர்

விவேகாநந்தருடைய பேச்சை வசனத்துக்கு வசனம் தடுத்துக் "கதாபி ந", "கதாபி ந" (என்றைக்கும் நடக்காது, என்றைக்கும் நடக்காது) என்று கூவிக் கொண்டிருந்தாராம்.

விவேகாநந்தருடைய பெயர் இன்று ஒளியுடன் நிற்கிறது. ஹிந்து ஸமூஹம் விவேகாநந்தரை ஆசார்யக் கூட்டத்திலே சேர்த்துவிட்டது.

புதுச்சேரியிலிருந்து விவேகாநந்தர் சென்னபட்டணத் துக்குப் போய் அங்கிருந்து ஹைதராபாதுக்குப் போனார். எங்கும் ஒரே வார்த்தை. "நான் மேற்குத் தேசங்களுக்குப் போய் நமது தர்மத்தின் உயர்வை நிலைநிறுத்துவதற்கு வழி செய்ய வேண்டும்". ஒரே நினைப்பு. ஹைதராபாதில் "மஹபூப் காலேஜ்" என்றொரு கலாசாலை யிருக்கிறது. அங்கு ஸ்வாமி விவேகாநந்தர் "மேற்குத் திசையிலே எனது காரியம்" என்பதாக ஒரு பெரிய உபந்நியாசம் செய்தார். சபைக்கு வந்தவரிலே பலர் ஹிந்துக்கள், பலர் மகமதியர், பலர் ஐரோப்பியர். விவேகாநந்தர் சொல்லுகிறார்: "ஹிந்து ஜாதி மேன்மை பெற்று விளங்கிய காலத்தில் நமதறிவு மிகவும் உயர்ந்த நிலையில் நின்றது. வேதம் பாடிய ரிஷிகள் உலகத்தின் மர்மத்தைத் தெளிவாக அறிந்தோர். அக்காலத்து நடைகளும், ஆசாரங்களும் மிகவும் நல்லவை. புராணக் கதைகளிலே தர்ம விளக்குகள் ஏற்றி வைத்திருக்கிறது. இடைக்காலத்திலே வீழ்ச்சி பெற்ற நமது தாய்நாடு மறுபடி லோக குரு ஸ்தானத்தை அடையும் பொருட்டாகக் கண் விழித்திருக்கிறது. இதுவே நான் உலகத்தாருக்குச் சொல்லி வந்திருக்கும் செய்தி. வேத, வேதாந்தங்களின் ஒளியை நான் அமெரிக்காவுக்கும் ஐரோப்பாவுக்கும் காட்டப்போகிறேன்."

இங்ஙனம் விவேகாநந்தர் பேசி முடிந்தவுடனே சபையாருக்குப் புளகமுண்டாயிற்று. "கதாபி ந" என்று யாரும் சொல்லவில்லை. தீ ஏறுகிறது. விவேகாநந்தருக்குப் பகல் முழுதும் இதே ஆசை. இரவிலும் இதுவே கனவு.

❍

ஒருநாள் கனவிலே இவர் தமது குருவாகிய ராமகிருஷ்ணரைக் கண்டார். எதிரே கடல் தெரிகிறது. கரையிலிருந்து ராமகிருஷ்ணர் அலைகளின் மீது நடந்து செல்லுகிறார்.

"வா, நரேந்திரா, நீயும் என்னோடு வா" என்று சொல்லி விவேகாநந்தரைக் கூப்பிடுகிறார். விவேகாநந்தருக்கு இந்தக் கனவு மிகவும் ஸந்தோஷம் விளைவித்தது. கனவிலே மனிதன் உள்ள நிலைமையை அறிகிறான். பயந்தவனைக் கனவிலே பேய்கள் வந்தடிக்கும், ஞானிக்குக் கனவிலே தர்ம நிச்சயங்கள் தெரியும்.

பட்டணத்திலே சில நண்பர் பணஞ் சேர்த்துக் கொடுத்தார்கள். பொது ஜனங்களுடைய பணமே ஆதாரமாக நின்றது. பிறகு க்ஷேத்ரி மஹாராஜா பணங்கொடுத்தார். ஸ்வாமி அமெரிக்காவுக்குப் போனார். அங்கே "ஸர்வ தர்ம மஹாசங்கம்" சிகாகோ நகரத்தில் கூடிற்று. அந்தச் சங்கத்தார் முன் ஸ்வாமி வேதாந்த தர்மத்தை எடுத்துக் கூறினார். உலகம் கேட்டு வியப்படைந்தது. நமது ஞானத்தின் ஒரு கலை திறந்து காட்டப்பட்டது. ஆனால் மனித அறிவு முழுதும் வேதாந்தத்துக்குள் அடங்கவில்லை. லௌகிக ஞானத்திலும் உயர்வு காட்ட வேண்டும். அங்ஙனம் காட்டும் வரை நமது வேதாந்தத்தை உலகம் பரிபூர்ணமாக அங்கீகாரம் செய்யாது. விவேகாநந்தர் விதை போட்டார். பின்னே பல மேதாவிகள் அந்த விதைக்கு நன்றாக நீர் பாய்ச்சி வளர்த்து வருகிறார்கள். இந்த வேதாந்தம் எவ்விதத்திலே மேன்மை கொண்டது? இதனால் நாம் லோக குரு ஸ்தானத்தை எங்ஙனம் அடைந்தவராவோம்? இந்த வேரிலே வளரும் லௌகிக ஞானம் என்ற பயிர் எப்படியிருக்கும்? நமது லௌகிக ஞானத்தின் புகழைப் பின்னே தோன்றிய மஹான்கள் எவ்வாறு நாட்டி வருகின்றனர்? இந்தக் கதையெல்லாம் மற்றொரு முறை சொல்லுகிறேன்.

3

சென்ற ஜூன் மாதம் பன்னிரண்டாந் தேதி ஜப்பான் ராஜதானியாகிய டோக்யோ நகரத்தில் ஸாம்ராஜ்ய ஸர்வகலா சங்கத்தாரின் முன்பு, ரவீந்திர நாதர் செய்த பிரசங்கம் பூமண்டலத்தின் சரித்திரத்திலே ஒரு புதிய நெறி காட்டுவது. விவேகாநந்தர் செய்துவிட்டுப் போன தொழிலை வளர்ப்போரில் ரவீந்திரர் ஒருவர்.

விவேகாநந்தர் ஆத்மாவின் பயிற்சியை மாத்திரம் காட்டினார். ரவீந்திரர் உலக வாழ்க்கையும், உண்மையான கவிதையும் ஆத்மஞானமும் ஒரே தர்மத்தில் நிற்பனவென்பதை வெளிநாடுகளுக்குச் சொல்லும் பொருட்டாக பாரத மாதாவினால் அனுப்பப்பட்டிருக்கிறார்.

பாரத தேசமே லோககுருவென்ற செய்தி, ஏற்கெனவே பல ஜப்பானிய பண்டிதருக்குத் தெரியும். எனினும் நம்மவர் ஒருவர் நேரேபோய் அந்த ஸ்தானத்தை நிலைநிறுத்துவதற்கு இதுவரை அவகாசப்படாமலிருந்தது. வங்காளத்து மஹா கவியாகிய ரவீந்திரநாத டாகுர் போய், அந்தக் குறையைத் தீர்த்துவைத்தார். இந்தத் தொழிலுக்கு அவர் மிகவும் தகுதியுடையவர். பூமண்டல முழுதும் அவருடைய கவிதையின்

கீர்த்தி ஏற்கெனவே பரவியிருக்கிறது. உலகத்து மஹாகவிகளின் தொகையில் அவரைச் சேர்த்தாய்விட்டது.

கீதாஞ்சலி முதலாக அவர் இங்கிலீஷ் பாஷையில் மொழி பெயர்த்து வெளியிட்டிருக்கும் நூல்கள் மிகவும் சிறியன. பாரகாவியங்களல்ல. பெரிய நாடகங்களல்ல. தனிப்பாடல்கள் சில காண்பித்தார். உலகம் வியப்படைந்தது. நல்வயிர மணிகள் பத்துப் பனிரண்டு விற்றால் லக்ஷக்கணக்கான பணம் சேர்ந்து விடாதோ? தெய்வீகக் கவிதையிலே பத்துப்பக்கம் காட்டினால் உலகத்துப் புலவரெல்லாம் வசப்பட மாட்டாரோ?

❍

அவர் டோஸா மாரு என்ற ஜப்பானியக் கப்பலில் கல்கத்தாவிலிருந்து புறப்பட்டுக் கோபே என்ற ஜப்பானியத் துறைமுகப் பட்டணத்தில் போய்ச் சேர்ந்தார். ஜப்பானிய நிலத்தில் கால்வைக்கு முன்பாகவே, பலாப்பழத்தை ஈ வந்து மொய்ப்பதுபோல் பத்திரிகைக்காரர் அவரை வந்து சூழ்ந்து கொண்டார்கள். "ஏதாவது சில வார்த்தைகள் சொல்லும்" என்று தொளைக்கலானார்கள். பாரத தேசத்து மஹாகவியின் சொற்களைக் கேட்பதற்கு ஜப்பான் அத்தனை தாகத்துடனிருந்தது.

❍

கோபே நகரத்தில் உயேனோ என்றதோர் பூஞ்சோலையிருக்கிறது. அதனிடையே அழகான பௌத்தக் கோயில் ஒன்றிருக்கிறது. அந்தச் சோலையிலே, குளிர்ந்த மரங்களின் நிழலில், பல ஜப்பானிய வித்வான்கள் கூடி, அவருக்கு நல்வரவுப் பத்திரிகை படித்தார்கள். ஜப்பானிய ஸாம்ராஜ்யத்தில் முதல் மந்திரியாகிய ப்ரபு–ஒகூமா என்பவரும், வியாபார மந்திரியாகிய ஸ்ரீமான் கொனோவும் கல்வி மந்திரியாகிய பண்டித தகாத்தாவும் வேறு பல பெரிய கார்யஸ்தர்களும் அந்தச் சபைக்கு வந்திருந்தார்கள். நல்வரவுப் பத்திரிகை வாசித்து முடிந்தவுடனே ரவீந்திரநாதர் பின்வருமாறு வங்காளி பாஷையில் பேசலானார்:

"எனக்கு ஜப்பானிய பாஷை தெரியாது. இங்கிலிஷ் தெரியும். ஆனால் அது உங்களுடைய பாஷையன்று. உங்களிடம் அந்த பாஷை பேச எனக்கு ஸம்மதமில்லை. மேலும், எனக்கே அது இரவல் பாஷையானபடியால் ஸரளமாக வராது. ஆதலால் வங்காளியிலேயே உங்களிடம் பேசுகிறேன்" என்றார். பண்டித கிமுரா என்ற ஜப்பானிய வித்வானொருவர் வங்கத்து மொழி தெரிந்தவராதலால், ரவீந்திரநாதரின் வார்த்தைகளை

சபையாருக்கு ஜப்பானிய பாஷையில் மொழிபெயர்த்துச் சொன்னார். பின்பு ரவீந்திரநாதர் பேசுகிறார்:

“கோபே நகரத்தில் வந்திறங்கியவுடனே எனக்கு ஜப்பான் விஷயத்தில் அதிருப்தி யுண்டாய் விட்டது. எதைப் பார்த்தாலும் மேற்குத் தேசங்களின் மாதிரியாகவே யிருக்கிறது. ஜப்பானியர் தமது ஸ்வயமான தர்மஸம்பத்தை இழந்துவிடலாகாது” என்றார். இந்தக் கருத்தின் விவரம் பின்னே நாம் படிக்கப் போகிற டோக்யோ ஸர்வ கலா சங்க உபந்யாசத்திலே விஸ்தாரமாகக் காணலாம். அப்போது மஹா மேதாவியாகிய முதல் மந்திரி ஒகூமா எழுந்து ரவீந்திரருக்கு நன்றி கூறினர். ஸ்ரீமான் ஒகூமா கூறியது:

“எனக்கு இங்கிலிஷ் நேரே தெரியாது. இவர் வங்காளி பாஷை பேசியதை நான் இங்கிலிஷென்று நினைத்தேன். நல்ல தருணத்திலே இவர் நமது தேசத்துக்கு வந்தார். நியாயமான எச்சரிக்கை கொடுத்தார். நமது தேசத்தின் சித்த நிலை இப்போது இரண்டு பிரிவுப் பாதைகளின் முன்பு வந்திருக்கிறது. நமதறிவு எந்த வழியிலே திரும்புதல் தகுமென்பதை இப்போது நிச்சயிக்க வேண்டும். இத்தருணத்தில் நமக்கு நல்வழி காட்டும் பொருட்டாக இந்த மஹான் தோன்றினார்” என்றார்.

டோக்யோ உபந்யாஸத்தைப் பற்றி ஒரு தனிப்பகுதி எழுதவேண்டும்.

அதன் ஸாராம்சம்: “உறங்கின ஆசியாவை ஜப்பான் எழுப்பிவிட்டது. அதன் பொருட்டு நாமெல்லோரும் ஜப்பானுக்கு நன்றி செலுத்தவேண்டும். உறங்கும் பூமண்டலத்தை பாரத நாடு தலைமையாக ஆசியா எழுப்பிவிடப்போகிறது.” இந்தக் கருத்தை ஜப்பானில் பண்டிதர் அந்நாட்டுப் பத்திரிகைகளில் அங்கீகாரம் செய்து கொண்டு, மிகவும் அழகாக நன்றி வார்த்தைகள் சொல்லியிருக்கிறார்கள். அவற்றை வரும் பகுதியிலே காண்க.

4

டோக்யோ ஸாம்ராஜ்ய கலா சங்கத்தில் பாரத கவி ரவீந்திரர் செய்த ஆச்சரியமான பிரசங்கம்

ரவீந்திரநாத டாகுர் சொன்னார்:

“முதலாவது, உங்களுக்கு நன்றி சொல்லுகிறேன். ஆசியாக் கண்டத்தில் பிறந்த எல்லா ஜனங்களும் உங்களுக்கு நன்றிக் கடன்பட்டிருக்கிறோம். எல்லாப் பந்தங்களைக் காட்டிலும்

இழிவான பந்தம் உள்ளச் சோர்வு. இதனால் கட்டுண்டவர் தன்னம்பிக்கை யில்லாதார்.

கேட்பீர்களா? சிலர் சொல்லுகிறார்கள்: "ஆசியாகண்டம் பழமையிருளில் மூழ்கிக் கிடக்கிறது! அதன் முகம் பின்னே முதுகுப் புறமாகத் திருப்பி வைக்கப்பட்டிருக்கிறது." இப்படி வார்த்தை சொல்லுவோரின் பேச்சை நாமும் நம்பினோம். சிலர் இதையே ஒரு தற்புகழ்ச்சியாக்கி, "அப்படித்தான்; நாங்கள் பழமையிலேதான் இருப்போம். அதுதான் எங்களுக்குப் பெருமை" என்கிறார்கள்.

"விஷயங்கள் இந்த ஸ்திதியிலிருக்கும்போது, நாமெல்லாம் ஒரு மோஹ நித்திரையில் வீழ்ந்திருந்த காலத்திலே, ஜப்பான் தனது கனவு நிலைமை நீங்கி எழுந்தது; நடக்கத் தொடங்கிற்று; பூதாகாரமான அடியெடுத்து வைத்தது; நிகழ்காலத்தை அதன் முடியிலே போய்ப் பற்றிக்கொண்டது. எல்லோரும் தட்டி யெழுப்புண்டோம். பூமியின் மேலே, சில எல்லைக்குள்ளிருக்கும் சில தேசத்தாருக்கு மாத்திரம் முன்னேற்றம் வசப்படாதென்ற மாயை போய்விட்டது. ஆசியாக் கண்டத்தில் பெரிய ராஜ்யங்கள் ஸ்தாபனம் செய்திருக்கிறோம். பெரிய சாஸ்திரம், கலை, காவ்யம் – எல்லாம் இங்கே தழைத்தன. உலகத்தின் பெரிய மதங்களெல்லாம் இங்கே பிறந்தன. இந்த மண்ணினுடைய சுபாவமேமதிச்சோர்வும்,வளர்ச்சிக்குறைவும் உண்டாக்குமென்று சந்தேகப்பட வேண்டாம். பல நூற்றாண்டு நாம் நாகரிக விளக்கைத் தூக்கி நிறுத்தினோம். அப்போது மேற்குலகம் இருளில் தூங்கிக் கொண்டிருந்தது. நமக்கும் புத்தியுண்டு. நம்முடைய புத்தியொரு நத்தைப் பூச்சியில்லை. நம்முடைய கண் மாலைக்கண்ணில்லை.

"ஆசியா ஜப்பானுக்குக் கொடுத்தது அந்தப் பயிற்சி! அந்தப் பயிற்சி!!"

"ஜப்பான் ஏககாலத்திலே புதியவளும் பழையவளுமாக விளங்குகிறாள். குல வுரிமையால் கீழ்த்திசையில் நமது பழைய பயிற்சி அவளுக்குக் கிடைத்திருக்கிறது. மெய்யான செல்வமும், மெய்யான வலிமையும் வேண்டுமானால். ஆத்மாவுக்கு[ள்ளே] நோக்கத்தைச் செலுத்த வேண்டுமென்று கற்பித்த பயிற்சி! ஆபத்து வரும்போது பிரக்கினை தவறாதபடி காப்பாற்றும் பயிற்சி! மரணத்தை இகழச் சொல்லிய பயிற்சி! உடன் வாழும் மனிதனுக்கு நாம் எண்ணற்ற கடமைகள் செலுத்த வேண்டும் என்று தெளிவித்த பயிற்சி! கண்ட வஸ்துக்களிலே அகண்ட வஸ்துவைப் பாரென்று காட்டிய பயிற்சி! இந்த வுலகம் உயிருடையது. இந்த வுலகம் ஒரு மூட யந்திரமன்று.

இதற்குள்ளே தெய்வமிருக்கிறது; இது யதிர்ச்சையாக நிற்பதன்று. கண்ணுக்கெட்டாத தொலையில் வானத்திலிருக்கவில்லை. இங்கே இருக்கிறது அந்த தெய்வம். இந்த ஞானத்தை உணர்த்திய பயிற்சி. அநாதியாகிய கிழக்குத் திசையில் புதிய ஜப்பான் தாமரைப் பூவைப்போல் எளிது தோன்றிவிட்டாள். பழைய மூடாசாரங்களை ஜப்பான் உதறித் தள்ளிவிட்டாள்; சோம்பர் மனதிலே தோன்றிய வீண் பொய்களை மறந்துவிட்டாள்; நவீன யுகத்தின் ஸம்மானங்களை நிர்ப்பயமாகக் கேட்டாள்; நவீன நாகரிகத்தின் பொறுப்புக்களைத் தீவிரமாகவும், தகுதியாகவும் தரித்து வருகிறாள்.

ஜப்பான் ஆசியாவுக்குத் தருவது

ஜப்பான் ஆசியாவுக்குத் தைரியம் கொடுத்தது. உள்ளே உயிர் இருக்கிறது. நமக்குள் வலிமை யிருக்கிறது. மேல் தோல்தான் காய்ந்து போயிருக்கிறது. அதைக் கழற்றி யெறிந்துவிட்டு, அதற்கப்பால், ஓடுகின்ற கால நதியிலே முழுகி ஸ்நாநத்தைப் பண்ணி யெழவேண்டும். தற்காலத்துக்குப் பயந்து, முற்காலத்திலே போய்த் தலையை நுழைத்துக் கொள்ளுவோன் உயிரிருந்த போதிலும் செத்தவனுக்கு ஸமானமே. இது ஜப்பான் சொல்லிக் கொடுத்த விஷயம். பழைய விதையிலே உயிர் ஸத்து நீங்கவில்லை. புதிய காலமாகிய வயலிலே நட வேண்டும். இது ஜப்பான் சொல்லிக்கொடுத்த விஷயம்.

முடிவுரை

"ஜப்பான் பிறரைப் போல் வெளியபிநயம் காட்டி இந்தப் பெரிய ஸ்தானத்தை அடையவில்லை. பிறரைப் பார்த்து நாமும் அவர்களைப்போல் ஆகவேண்டுமென்று பாவனைகள் காட்டினால், வலிமை யுண்டாகாது. பிறரிடம் சாஸ்திர ஞானம் வாங்கிக் கொள்ளுதல் வெளியபிநயமன்று. பிறர் கல்வியை நாம் வாங்கலாம்; கோணல்களை வாங்கக் கூடாது. தனித்தனி தேசத்தாருக்கென்று பிரிவுபட்ட குணங்கள் பலவுண்டு. எல்லா தேசத்தாருக்கும் பொதுவான மானுஷீக குணங்கள் பலவுண்டு. பிறரிடம் ஒன்றை வாங்கிக் கொள்ளும்போது, ஸாவதானமாக வாங்கிக்கொள்ளவேண்டும்.

ரவீந்திர கவியின் உபந்யாஸத்தை ஜப்பான் தேசத்தார் மிகவும் பக்தியுடன் கொண்டாடுகிறார்கள். பத்திரிகைகள் உயர்ந்த புகழ்ச்சி பேசுகின்றன. நல்ல காரியம் செய்தார். இப்படியே இங்கிலந்து முதலிய எல்லா தேசங்களிலும் போய்

பாரத தேசத்தின் அறிவு மஹிமையை மற்றொரு முறை விளக்கி வரும்படி புறப்பட்டிருக்கிறார் போலும்.

5

'டோக்கியோ மானிச்சி' என்ற ஜப்பானியப் பத்திரிகை சொல்லுகிறது: "அறிவில் ஜப்பான் பாரத தேசத்திற்கு கடன்பட்டிருக்கிறது. ஜப்பான் நாகரீகம் பெறாதிருந்த காலத்தில், பாரத தேசம் அதில் உயர்ந்திருந்தது. பாரத ஞானம் பூமண்டலம் முழுதையும் தீண்டியிருக்கின்றது. 'ப்லாத்தோ' வுக்கு உபதேசம் பாரத தேசத்திலிருந்து கிடைத்தது. ஸ்வேதன்போர்க், ஷாபன்ஹோவர் என்ற பிற்காலத்து ஞானிகளும், பாரத தேசத்தின் அறிவுக்கு வசப்பட்டோர். பாரத நாகரீகம் நமக்குச் சீனா, கொரியா வழியாக வந்தது. நாம் இந்தியாவின் கடனைத் திரும்பக் கொடுக்கவேண்டும். ரவீந்திர நாதரை நாம் மிகவும் கௌரவப்படுத்தவேண்டும்."

"யோர்த்ரை" என்ற ஜப்பானியப் பத்திரிகை சொல்லுகிறது: 'உலக வாழ்க்கையும் கவிதையும் சுதி சேர்ந்து நிற்கவேண்டும்' என்பது ரவீந்திரர் கொள்கை. ஜப்பான் பாரத நாட்டுக்கு மிகவும் அறிவுக் கடன்பட்டிருக்கிறது.

இவ்வாறு ரவீந்திரருடைய பேச்சு வரும்போது, ஜப்பானியப் பத்திரிகைகள் தமது நாடு பாரத பூமிக்கு அறிவுக் கடன்பட்டிருப்பதை நினைத்துக்கொள்ளுகின்றன. ரவீந்திரருடைய கீர்த்தி உலகத்தில் அதிகமாகப் பரவி ஏறக்குறைய நான்கு வருஷங்களாகவில்லை. இந்த நான்கு வருஷங்களுக்குள், ஜப்பான் தேசத்தில் ஸம்ஸ்கிருத இலக்கணப் புஸ்தகங்கள் எப்போதைக் காட்டிலும் அதிகமாக விலையாகின்றனவாம். 'பாரத தேசமே லோக குரு' என்பதை உலகத்தார் அங்கீகாரம் செய்வார்கள். நாம் போய் நினைப்பூட்ட வேண்டும்.

பாரத பூமி உலகத்தாருக்கு எவ்விதமான ஞானத்தைக் கொடுத்துப் புகழைக் கொள்ளுமென்பதை விளக்குவதற்கு முன்பாக, சாஸ்திர (ஸயின்ஸ்) வார்த்தை ஓரிரண்டு சொல்லி முடித்து விடுகிறேன். 'செடியின் நாடி மண்டலம் மனிதனுடைய நாடி மண்டலத்தைப் போலவே உணர்ச்சித் தொழில் செய்கிறதென்பதை உலகத்தில் சாஸ்திர நிரூபணத்தால் ஸ்தாபனம் செய்தவர் நமது ஜகதீச சந்திர வஸு. உலோகங்களிலும் இவர் பல புதிய சோதனைகள் செய்திருக்கிறார். ஒளி நூலில் மஹாவித்வான். தந்தி யில்லாத தூரபாஷைக் கருவியை 'மார்க்கோனி' பண்டிதர் உலகத்துக்கு

வழக்கப்படுத்து முன்பே, ஜகதீச சந்திரர் அந்த விஷயத்தைப் பற்றித் துல்யமான ஆராய்ச்சிகள் செய்து முடித்திருந்தார். 'செடிகளுடைய ப்ராணனில் நாடியுணர்ச்சி யெங்ஙன மெல்லாம் தொழில் செய்கிறது' என்பதைக் கண்டுபிடித்ததே இவர் மனித சாஸ்திரத்துக்கு இதுவரை செய்திருக்கும் உபகாரங்களில் பெரிது. இப்போது சில வருஷங்களாக ஐரோப்பாவிலும் அமெரிக்காவிலுமுள்ள பண்டிதக் கூட்டத்தார் ஜகதீச வஸுவினிடம் மிகுந்த மதிப்பு பாராட்டி வருகின்றனர்; நல்ல புகழ்ச்சி கூறுகின்றனர். நவீன சாஸ்திர ஆராய்ச்சிக்கு மிகவும் நுட்பமான கருவிகள் வேண்டும். ஜகதீச வஸுவின் ஆராய்ச்சிக் கருவிகள் கல்கத்தாவில் நமது தேசத் தொழிலாளிகளாலே செய்யப்படுவன. ஐரோப்பிய ராஜதானிகளிலே இத்தனை நேர்த்தியாக அந்தக் கருவிகளைச் செய்யத்தக்க தொழிலாளிகள் இல்லை. ஆகையால், அங்குள்ள பண்டிதர்கள் புதிய வழியில் செடியாராய்ச்சிக்கு வேண்டிய கருவிகளை யெல்லாம் கல்கத்தாவிலிருந்து வரவழைத்துக் கொள்ளுகிறார்கள்.

சாஸ்திரம் பெரிது. சாஸ்திரம் வலியது. அஷ்ட மஹா சித்திகளும் சாஸ்திரத்தினால் ஒருவேளை மனிதனுக்கு வசப்படலாம். பூர்வ காலத்தில் பலவகைக் கணித சாஸ்திரங்களும், இயற்கை நூல்களும் பாரத நாட்டிலேதான் பிறந்து பின்பு உலகத்தில் பரவியிருப்பதாகச் சரித்திர ஆராய்ச்சியிலே தெரிகிறது. இப்போது "ஸயின்ஸ்" பயிற்சியில் இவ்வளவு தீவிரமாக மேன்மை பெற்று வருகிறோம்; காலக் கிரமத்தில் தலைமை பெறுவோம்.

இனிமேல், கதையைச் சுருக்கி விடவேண்டும்; வருங் காலத்தில் உலகத்துக்குப் பாரத தேசம் என்ன பாடம் கற்பிக்கும்? எதனால் இந்நாடு 'லோககுரு' ஆகும்? உலகத்திற்கு நாம் கற்றுக்கொடுக்கப் போவது கர்மயோகம். கடமையைச் செய்து, தவறாதபடி செய்து, இன்பத்தோடிருக்க வழி எப்படி? யோகமே வழி. "யோகமாவது செய்கைத் திறமை" என்று பகவான் கீதையிலே சொல்லுகிறார். பூமண்டலத்துக்கு யோகம் நாட்டுவோம்.

○

குறிப்பு: ஐந்து பகுதிகளைக் கொண்ட இத்தொடரில் பாரதியின் இளவல் சி. விசுவநாத ஐயருக்கும் சீனி. விசுவநாதனுக்கும் கிடைக்காத முதற்பகுதி என்னால் கண்டறியப்பட்டது. இரண்டாம் மூன்றாம் பகுதிகள் சீனி. விசுவநாதன் பார்வைக்குக் கிடைத்தன.

எனக்கும் கிடைத்தன. மூன்றாம் பகுதி முதல் ஐந்தாம் பகுதி வரை பாரதியின் தம்பி முன்பே வெளியிட்டிருந்தார். என்னால் 'சுதேசமித்திர'னிலிருந்து கண்டறியப்பட்ட நான்காம் பகுதிக்கும் பாரதியின் தம்பி வெளியிட்ட நான்காம் பகுதிக்கும் இடையே சில வேறுபாடுகள் காணப்படுகின்றன. ஒருவேளை பாரதியின் தம்பி பாரதியின் கையெழுத்துப்பிரதியைப் பயன்படுத்தியிருக்கக்கூடும்.

முதல் பகுதி – *சுதேசமித்திரன்*, 21.7.1916, ப. 3, 4
இரண்டாம் பகுதி – *சுதேசமித்திரன்*, 4.8.1916, ப. 3
மூன்றாம் பகுதி – *சுதேசமித்திரன்*, 9.8.1916, ப. 3
நான்காம் பகுதி – *சுதேசமித்திரன்*, 26.8.1916, ப. 7
ஐந்தாம் பகுதி – *பாரதி நூல்கள் கட்டுரைகள்*, 1936, பக். 107–110

3

Reflections

The Indian Press does not appear to be doing full justice to the activities of Rabindranath Tagore in Japan. Does it happen every day that an Indian goes to Japan and there receives the highest honours from all classes of people, from Prime Minister Okuma as well as the simple monk of the Buddhist shrine?

○

We must spread the contagion of greatness among the people. For this the whole country must be made aware of the important doings and sayings of representative Indians. And who can do this more effectively than the great journalists of modern India? It is genius that elevates the race of men. The Indian ear must ring with the fame of Indian genius. The present intellectual and spiritual revival in the country will be regarded by coming generations as one of the most brilliant chapters in human history. I appeal to our great publicists to identify themselves more completely with this Revival. For true is the message which Vivekananda brought us, the message that we are to be born again. An individual poet is merely a symbol. We shall soon have scores and scores of them, men of thought and men of deed. Go watch thyself or watch thy brother, either of you will soon be great.

○

In what does greatness consist? Not in the size of your materials but in the manner of your doing. There is a great and divine way for all doings, building houses or reaping corn. When man is master of his work, he is full man and therefore great. Greatness consists in putting your soul into the very heart of your work. We are great in the spirit of self-surrender. Karmayoga must be easier to learn for the children of Krishna. So let us achieve all things by throwing ourselves at the lotus feet of the Bhagavan. So let us offer full praise to those who lead us on this great path.

New India, 14.9.1916, p. 6

4

ஜப்பான் தொழிற்கல்வி

சக்தி வேண்டும்.

தெளிந்த அறிவும் இடைவிடாத முயற்சியும் இருந்தால் சக்தியுண்டாகும். தெளிந்த அறிவென்பது இரண்டு வகைப்படும்; ஆத்ம ஞானம், லௌகிக ஞானம் என. ஆத்ம ஞானத்தில் நமது ஜாதி சிறந்தது. லௌகிக ஞானத்தில் நம்மைக் காட்டிலும் வேறு பல தேசத்தார் மேன்மை யடைந்திருக்கிறார்கள். அப்படிப்பட்ட தேசங்களில் ஜப்பான் ஒன்று. புஸ்தகங்களாலும் பத்திரிகை களாலும் யாத்திரைகளாலும் நாம் ஜப்பான் விஷயங்களை நன்றாகத் தெரிந்துகொள்ளுதல் பயன்படும். கூடிய வரை பிள்ளைகளை ஜப்பானுக்கு அனுப்பிப் பலவிதமான தொழில் களும் சாஸ்திரங்களும் கற்றுக்கொண்டு வரும்படி செய்வதே பிரதான உபாயமாகும். தொழிற்கல்வியிலும் லௌகிக சாஸ்திரப் பயிற்சி யிலும் நாம் மற்ற ஜாதியாருக்கு ஸமானமாக முயலுதல் அவஸரத்திலும் அவஸரம்.

தஞ்சாவூர் ஜில்லாவிலிருந்து ஒரு தமிழ் வாலிபர் சில வருஷங்களாக ஜப்பானிலே போய் நூல் நூற்றுதல், துணி நெய்தல், சாயமேற்றுதல் முதலிய தொழில்கள் படித்துக் கொண்டிருக்கிறார். இங்கிருந்து புறப்படுமுன்பாக அந்தப் பிள்ளை வெகுசாதாரணராக இருந்தார். அங்கே போய் மூன்று, நான்கு வருஷங்கள் வாசம் செய்ததிலிருந்து அவருக்கு ஏற்பட்டிருக்கும் அறிவுப் பயிற்சி, ஊக்கம், தைரியம், ஸ்வஜனாபிமானம் முதலிய

குணங்கள் வியக்கும்படியாக இருக்கின்றன. திருஷ்டாந்தமாக, சில தினங்களின் முன்பு அவர் இங்குள்ள தமது தமையனாருக்கு ஒரு கடிதம் எழுதியிருந்தார். அந்தக் கடிதம் எனக்கு வாசித்துக் காட்டப்பட்டது. மிகவும் ரஸமாக இருந்தபடியால், அதன் ஸாராம்சங்களை இந்தப் பத்திரிகை படிப்பவருக்குத் தெரிவிக்கிறேன்.

ஜப்பானில் தொழிற்கல்வி பழகும் ஒரு தமிழ் வாலிபர் தம்முடைய தமையனாருக்கு எழுதிய கடிதத்தின் ஸாராம்சங்கள்:

அண்ணாவுக்கு நமஸ்காரம்!

சாயத்தொழில் விஷயமாக ஏற்கெனவே கேட்ட பாடங்களை அனுபவத்தில் சோதனை செய்து வருகிறோம். மிகவும் துரிதமாக வேலை நடந்து வருகிறது. சாய மருந்துகள், மாதிரித் துணிகள் முதலிய சாமான்களெல்லாம் போதுமான அளவு சேகரஞ் செய்துவிட்டேன். ஆனால் இன்னும் செய்ய வேண்டிய காரியம் எவ்வளவோ இருக்கிறது. துணி சம்பந்த மான பரிபூரண ஞானம் ஏற்பட வேண்டுமானால், சாயம், (துணியில்) அச்சடித்தல், இரண்டிலும் இன்னும் பல பல சோதனைகள் செய்துபார்க்கவேண்டும். ராஜாங்க சர்வகலா சங்கத்து விவசாயக் கலாசாலையில் போய், பட்டுப் பூச்சி வளர்க்கும் தொழில் படிக்கவேண்டும். டோக்யோ (ஜப்பான் ராஜதானி) நகரத்திலும், பக்கங்களிலும் உள்ள தொழிற்சாலைக ளெல்லாம் பார்த்தாய் விட்டது. வெளி நகரங்களுக்குச் சீக்கிரத்தில் போய் வருவேன்.

நெசவு சம்பந்தமான பலவகைத் தொழில்களிலே நான் பாரத தேசத்துக்குத் திரும்பி வந்த பிறகு அங்கே என்ன தொழில் தொடங்கலாமென்பதைக் குறித்து இங்கிருந்து எவ்விதமான தீர்மானமும் செய்ய முடியாது. அங்கு வந்த பிறகுதான் பார்க்க வேண்டும். நமது நாட்டு முதலாளிகள் கொடுக்கும் உதவிக்குத் தகுந்தபடிதான் தொழில் செய்ய முடியும்.

ஒரு ஜப்பானிய சாஸ்திரியின் உபதேசம்

“இந்த விஷயமாக எனது கலாசாலைத் தலைவரிடம் ஆலோசனை செய்தேன். அவர் சொல்லியதென்னவென்றால்:

“நூற்புத் தொழிலுக்கு நல்ல முதல் போட்டுப் பெரிதாக நடத்தினால்தான் லாபமுண்டாகும். வேலையும் ஸௌகர்யமாக நடக்கும். நெசவுத் தொழில் அப்படியில்லை. அதிலே, சரக்கு நயத்துக்குத் தக்கபடி தொழிற்சாலையைப் பெரிதாகவோ சிறிதாகவோ தொடங்கிவிடலாம். இந்தியாவிலே தொழிற்

பண்டிதர்களும், கை தேர்ந்த தொழிலாளிகளும் கிடைப்பது அருமையாதலால் ஆரம்பத்திலேயே நீராவி, மின்சாரம் முதலிய சக்திகளைக் கொண்டு வேலை தொடங்குதல் ஸௌகர்யப்படாது. சேதமும், உத்பத்திக் குறைவும் அதிகமாக உண்டாகும். விசேஷமாகப் பட்டுத் தறிகள் வைப்போர் இவ்விஷயத்தில் ஜாக்ரதையாக இருக்க வேண்டும்.

ஆரம்பத்திலே உயர்ந்த கைத்தறிகள் வைத்து மெல்லிய, சாதாரண அல்லது கனமான – எந்த மாதிரி வேண்டுமென்றாலும் – துணிகள் நெய்து கொள்ளலாம். ஒரு வருஷத்துப் பழக்கத்திலே தொழிலாளிகளுக்குப் போதுமான தேர்ச்சி யுண்டாய்விடும். இரண்டாவது அல்லது மூன்றாவது வருஷத்தில் சக்தி–யந்திரம் (பவர்) உபயோகப்படுத்திக் கொள்ளலாம். ஜப்பானில் வந்து நெசவுத் தொழில் படிக்கும் ஹிந்து வாலிபர்கள் எங்களுடைய ராஜாங்கத் தொழிற் சாலையைப் பார்வையிட்டு வருவதுடன் சாதாரணத் தொழிற்சாலை யொன்றில் சேர்ந்து ஒரு வருஷம் வேலைசெய்து பழக வேண்டும். அப்போதுதான் தறிகளுடைய ஆக்கம், பயன், ஆட்சி இவை நன்றாக மனதில் படியும்."

"இங்ஙனம் ஷெ ஜப்பானிய சாஸ்திரி நெசவுத் தொழில் [விஷ]யமாக மாத்திரமேயன்றி, சாயத் தொழில் சம்பந்தமாகவும் எனக்கு நல்ல போதனைகள் சொன்னார். சாயத் தொழில் சொல்லிக் கொடுக்கும் வகுப்புகளிலே அன்னிய தேசத்துப் பிள்ளைகள் வந்து சேர்தல் இன்னும் சிறிது காலத்திற்குள் சிரமமாகிவிடும். ஆகையால், சீக்கிரத்திலேயே பல தமிழ்ப் பிள்ளைகள் இங்கு வந்து மிகப் பயனுள்ளதாகிய இத்தொழிலில் பழகிக் கொண்டு போகும்படி செய்ய வேண்டும்.

"இத்தொழில்களில் ஏதேனும் ஒரு சாகையிலே மட்டும் விசேஷ பாண்டித்யம் ஏற்படுத்திக் கொள்ள முயற்சி செய்கிறேன். கூடிய வரை செட்டாகவே செலவு செய்கிறேன். நான் இருக்கும் இடத்திற்கும் பள்ளிக்கூடத்துக்கும் 2 1/2 மயில் தூரம் இருக்கிறது. நடந்துதான் போகிறேன். வண்டி யேறுவதில்லை. இடைப்பகல் ஆஹாரம் கையிலேயே கொண்டு போய் விடுகிறேன். சந்தோஷத்தோடுதான் இருக்கிறேன். என்னைப் பற்றிக் குடும்பத்தாருக்கு எவ்விதமான கவலையும் வேண்டியதில்லை.

பிறந்த நாடு

"நமது ஜாதியாருக்கும் தேசத்தாருக்கும் என்னாலே ஆனவரை ஊழியம் செய்ய வேண்டுமென்று விரதம் கொண்டிருக்கிறேன்.

செட்டுக் குடித்தனம், ஆனால் திருந்திய ஜீவனம், நமது ஜனங்களுக்கு அவசியமென்று நினைக்கிறேன். நல்ல காற்று, நல்ல நீர், சுத்தமான, பயனுடைய, ருசியான தகுந்த அளவுள்ள ஆஹாரம், சுத்தமான உடை, இவையெல்லாம் திருந்திய ஜீவனத்துக்கு லக்ஷணங்கள், இதற்கெல்லாம் படிப்பு அவசியம்... சோறில்லாமல் சோர்ந்து கிடக்கும் ஜனக் கூட்டத்தாருக்கு தர்மோபதேசங்கள் பண்ணுவதிலே எனக்கு ஸந்தோஷமில்லை. அது பாவ மென்பதை நான் அறிவேன். ஆனாலும், என்ன செய்வது? மனதிலிருப்பதைச் சொல்லித்தானே ஆகவேண்டும்? ஜனகோடிகள் படித்தாலொழிய நாகரிகப்படுவதற்கு வேறு வழியில்லை. நமது காங்கிரஸ் சபை விஷயத்தில் எனக்கு அஸூயை கிடையாது. ஆனாலும், அந்தச் சபையாரிடம் எனக்குச் சிறிது அதிருப்தி யுண்டு. அவர்கள் ஒரு சார்பையே கவனித்துக்கொண்டிருக்கிறார்கள். முதலாவது ஆஹாரத்துக்கு வழி தேடவேண்டும். அதிகாரம் வேண்டுமென்று கேட்கிறார்கள். நியாயந்தான். அது கிடைக்கும் வரை பிழைத்திருக்க வேண்டுமே? உண்டாலன்றோ உயிரோடிருக்கலாம்? படிப்பு, கைத்தொழில் இவற்றை காங்கிரஸ் சபையார் போதுமானபடி கவனிப்பதாகத் தோன்றவில்லை. நமது ஜனங்களிலே பெரும்பாலோர் ஏழ்மையிலும் அறியாமையிலும் மூழ்கிக் கிடப்பதைக் கல்வியாளர் சும்மா பார்த்துக்கொண்டு ஒன்றும் செய்யாமலிருப்பது மடமையிலும் மடமை. கைத்தொழில் வளர்ச்சிக்காக உழைப்போரும் உண்மையான தேசபக்தரேயாவர்.”

சுதேசமித்திரன், 12.2.1916, ப. 9

5

The Japan-Returned Young Gentleman Mr. S. Rama Row: An interview

ஜப்பான் சென்று திரும்பியிருக்கும் தெலுங்கு வாலிபராகிய மிஸ்டர் ராமராவ்

ஒரு வருஷத்துக்கு முன்பு பெல்லாரியிலிருந்து கண்ணாடித் தொழில் பயின்று மீளும் பொருட்டாக ஜப்பானுக்குச் சென்றவராகிய மிஸ்டர் S. ராமராவ் இப்போது சென்னைக்கு வந்திருக்கிறார். இவர் தெலுங்கு பேசுபவர். ஜாதியிலே மாத்வ பிராமணர். இவர் உள்ளே வெளி கொண்ட கண்ணாடி உருண்டை வடிவங்கள் செய்யமட்டுமே பயின்றிருக்கிறார். தட்டைக் கண்ணாடி செய்யும் முறைமை பயில்வதற்கு ஜப்பானிலே ஸவுகரியங்கள் கிடைக்கவில்லை யென்று சொல்கிறார். இவர் நவீனக் கைத்தொழில் முறைகளைப் புஸ்தக மூலமாகப் பயிற்றுவிக்கும் பாடசாலைகளிலே சேராமல், தொழிற்சாலை யொன்றுக்கு நேரேபோய் அங்கே பயிற்சி பெற்றிருக்கிறார். கண்ணாடித் தொழில் மட்டுமே யன்றி ஸ்லேட், மெழுகுவத்தி, நெருப்புக் குச்சி [எ]ன்ற கைத்தொழில்களும் நன்கு படித்து

வந்திருப்பதாகச் சொல்லுகிறார். இவர் தொழிற்சாலை இன்ன இடத்திலே ஏற்பாடு செய்வதென்று இன்னும் நிச்சயப்படுத்திக் கொள்ளவில்லை. முதற்பணம் கொடுத்து உபகரிப்பதாக இதுவரை யாரும் முற்பட்டு வந்திருப்பதாக[வும்] தோன்ற வில்லை. அமெரிக்கா முதலிய நாடுகளுக்குச் சென்று கண்ணாடித் தொழிற்பயிற்சியை இன்னும் அபிவிருத்தி செய்து கொள்ள வேண்டுமென்ற ஞாபகமிருப்பதாகத் தெரிகிறது. பெல்லாரியிலே போய் இவர் குடியிருப்பது கஷ்டமென்று நினைக்கிறோம். ரங்கூன், கொழும்பு முதலிய இடங்களுக்குக் கப்பல் யாத்திரை செய்து திரும்பி வந்திருக்கும் பிராமணர்[களை] ஜாதியிலே சேர்த்துக் கொள்வது இப்போது ஸஹஜமாய் போய்விட்டது. ஆனால், ஜப்பானுக்குப் போய்வந்த மனி[தர்க]ளின் விஷயத்திலே அத்தனை உதாரகுணம் நம்மவர்களுக்கு ஏற்பட்டதாகத் தெரியவில்லை. இந்த ராமராவ் ஜப்பானிலிருக்கும்போதுகூட மாமிச ஆகாரம் [எது]வுமின்றி சாதமும் பருப்பும் மட்டுமே புஜித்து வந்திருக்கிறார். இவர் யாதொரு கஷ்டமுமின்றி ஜாதியிலே சேர்த்துக் கொள்ளப் படுவாரென நம்புகின்றோம். இவரிடம் நாம் செய்துவந்த சம்பாஷணைகளிலிருந்து நாம் ஜப்பானைப் பற்றி அறிந்து கொண்ட புதிய விஷயங்களை யெல்லாம் இங்கே எழுத வேண்டுமென்றால் இடம் போதமாட்டாது. ஆதலால் இவர் சொல்லியவற்றுள்ளே முக்கியமான சில விஷயங்களை மட்டும் கீழே [தெரி]விக்கிறோம்.

ஜப்பானிய நாகரீகம்

ஜப்பானியர் கைத்தொழில் சம்பந்தப்பட்ட மட்டிலே ஐரோப்பிய நாகரிகத்தையும் அறிந்துகொண்டு விட்டார்[கள்]. தொழிற்சாலைகள் ஜப்பானிலே [நிரம்]பிக் கிடக்கின்றன. செல்வர்களின் [வகுப்]பைச் சேர்ந்தோர் ஐரோப்பியர்க[ளைப்] போல் செலவாளிகளாகவும் போ[கப்] பிரியர்களாகவும் வாழ்கிறார்கள். [ஆனா]ல், சாமானிய ஜனங்கள் இன்னும் [மிகுந்]த குறைவான செலவிலேயே வாழ்[க்கை] புரிகின்றார்கள். மிருக மாமிச போ[ஜனத்]திலே ஐரோப்பிய நாகரிகம் கொ[ண்ட] உயர்வகுப்பார் மட்டிலும் பிரியம் கொண்டிருக்கிறார்கள். சாமானிய ஜனங்[கள்] அரிசியும், மீன் கறியும் உண்கிறார்[கள்.] பவுத்த மார்க்கத்தைச் சேர்ந்த குருக்கள் அந்த மீன்கறியைக்கூடத் தொடுவதில்லை. ஜப்பானியரைப் போல சுசிருசியுள்ள ஜாதியார் வேறெவருமே கிடையாது. ஒரு ஜப்பானியனுடைய வீட்டிற்குள்ளே போனால் அங்கே சாமான்கள் வைத்திருக்கும் ஒழுங்கும், மேஜைகள், நாற்காலிகள் முதலியவை தயார் செய்திருக்கும் நேர்த்தியும் கண்களுக்கு மிகவும் இன்பம்

தரத்தக்கன. கட்டடங்கள் கட்டுதல், ஆடைகள் அணிதல், ராஜாங்க முறைமைகள் முதலிய எத்தனையோ விஷயங்களில் ஜப்பானியர் பெரும்பாலும் ஐரோப்பிய நாகரிகத்தையே தழுவி வருகின்றார்கள்.

கல்வி முறை

ஜப்பான் முழுதும் எல்லா வாலிபர்களும் கல்வி கற்றுத் தீர வேண்டுமென்பது விதியாய் விட்டது. எல்லா விதமான கல்வியும் பயிற்றப்படுகின்றது. சீன தேச அரிச்சுவடி எழுத்துக்கள் இதுவரை வழக்கமாக ஏற்பட்டுவந்த போதிலும் இப்போது அவற்றை மாற்றி ஜப்பானிய பாஷையின் சொந்த அரிச்சுவடியொன்றையே மறுபடியும் பொது வழக்கமாக்குவதற்குரிய முயற்சிகள் நடந்து வருகின்றன. ஜப்பான் தேச ராஜதானியாகிய டோகியோ நகரத்திலேயுள்ள பாடசாலைகளில் இங்கிலீஷ், ஜெர்மன் முதலிய உதவி பாஷைகள் கற்பவை சம்பந்தப்பட்ட கல்வி முறைகளே பெரும்பாலும் ஜனங்களால் விரும்பப்படுகின்றன.

மதம்

பவுத்த மார்க்கம், கன்பூஷியஸ் மதம் (சீனர் நாட்டது), ஜப்பானுக்கே புராதனமாக உள்ள பிதிர்க்கள் வழிபாடு, இவற்றின் கலப்புக்கள், வேறுபல மூடபக்தியுள்ள ஆசாரங்கள் என்பவையனைத்தும் ஜனங்களால் பெரும்பாலும் அனுசரிக்கப் படுகின்றன. சிறுபான்மையுள்ள ஜனங்கள் கிறிஸ்து மார்க்கத்தைச் சேர்ந்திருக்கிறார்கள். அட்மிரல் டோகோ முதலிய அனேக முக்கியஸ்தர்கள் கிறிஸ்து மார்க்கத்தைச் சேர்ந்து விட்டார்களென்ற வதந்தி மெய்யில்லை. ஜப்பான் சக்ரவர்த்தியும், வேறுபல ராஜாங்க, உத்தியோகஸ்தர்களும் மகமதிய மார்க்கத்தைத் தழுவ உத்தேசித்திருக்கிறார்களென்ற பிரஸ்தாபம் முழுப் புரட்டைத் தவிர வேறன்று. வாலிபர்கள் பெரும்பாலும் நாஸ்திக வாதத்திலே பலமடைந்து வருகிறார்கள். ஆனால் சகல ஜனங்களுக்கும் சுதேச பக்தியே இப்பொழுது பொது மார்க்கமாகிவிட்டது.

ஸ்திரீகள்

ஜப்பானிய ஸ்திரீகளிலே பெரும்பான்மையானவர்கள் நல்ல சுந்தரிகளாக இருக்கிறார்கள். ஜப்பானிய ஸ்திரீகள், எப்போதுமே டம்பமற்ற அலங்காரம், ரஸிகத் தன்மை, வீட்டொழுங்கு, விருந்தினரை உபசரித்தல், இனிய வசனம் முதலிய நல்ல குணங்களுக்குப் புகழ் படைத்தவர்கள். இந்த குணங்களுடன் இப்பொழுது மேலான கல்வியறிவும் சேர்ந்திருக்கின்றது.

ஓர் ஜப்பானியனது வீட்டிற்குப் போனால் தடாகத்திலே செந்தாமரை யிருப்பதுபோல அந்த வீட்டு யஜமானியே வீடு முழுமையிலும் மகிழ்ச்சியும், குதூஹலமும் பரவும்படி செய்கிறாள். ஜப்பானிலே பல ஸ்திரீகள், ஐரோப்பிய ஸ்திரீகளைப் போலப் புருஷர்களுடன் எல்லா விஷயங்களிலும் ஸமானத்துவம் பெற்றுவிட முயற்சி புரிகிறார்கள். ராஜாங்க சம்பந்தமான உரிமைகள்கூடப் பெற்றுவிட வேண்டுமென்ற ஆசை ஜப்பானிய மாதர்களுக்கு உண்டாய் விட்டது. இந்த மாதரபிவிருத்தி முயற்சியானது இன்னும் எந்த மட்டில் போய் நிற்குமென்பது இப்போது சொல்ல முடியாது. ஜப்பானிய ஸ்திரீகளின் கற்பொழுக்கத்தைப் பற்றி பலர் பலவிதமாகக் கூறுகிறார்கள். அதில் ஒன்றும் நிச்சயமாகத் தெரிவிக்க முடியாது.

இந்தியாவைப் பற்றி ஜப்பானியர் நினைப்பது

இந்தியாவுக்கு ஜப்பானிய பாஷையிலே "டென்ஜிகு" அதாவது "ஸ்வர்க நாடு" என்று பெயர். "காமி" (அதாவது தேவன்) என்று சொல்லப்படும் முதலாவது ஜப்பானிய அரசன் இந்தியாவி லிருந்தே ஜப்பானுக்கு வந்திருக்க வேண்டுமென்று நம்பப் படுகிறது. இந்தியாவிலே ஸ்ரீ புத்த பகவான் பிறந்தவராதலால் இது பரிசுத்த பூமியென்பதாக ஜப்பானியர் எண்ணுகிறார்கள். இந்தியாவிலிருந்து அங்கே செல்லும் மாணாக்கர்களிடமும், மற்றோரிடமும் ஜப்பானியர் வைத்திருக்கும் மதிப்புக்கு அளவு கிடையாது. இந்தியர்கள் பொய் சொல்லமாட்டார்களென்றும், இழிவான செய்கைகள் செய்யமாட்டார்களென்றும் அந் நாட்டார் நம்புகிறார்கள். முற்காலத்திலே உலக முழுதிற்கும் ஞான விளக்காக இருந்த இந்தியா இப்பொழுது பதன மடைந்து போய், அந்நியர் கைவசமாகி மிகுந்த பரிதாபகரமான நிலைமையிலிருப்பது பற்றி ஜப்பானியர் மிகவும் இரக்க மடைகிறார்கள். இந்தியர்கள் சீக்கிரம் கண் விழித்துத் தமது நிலைமையை அறிந்துகொண்டு மறுபடியும் உன்னத நிலையடையப் பாடுபடாத விஷயத்தில் இவர்களுக்கு இன்னும் அபரிமிதமான இழிகோலங்கள் ஏற்பட்டு விடுமென்று ஜப்பானியர்கள் எண்ணி வருத்தமடைகிறார்கள்.

(அடுத்த முறை இவ்விஷயமாகவே இன்னும் பல அமிசங்கள் வரையப்படும் – ப–ர்)

இந்தியா, 16.2.1907, பக். 6, 7.

குறிப்பு: இதன்பின் எழுதுவதாகக் குறிப்பிடப்பட்ட போதிலும் அத்தகைய பகுதிகள் ஏதும் கிடைக்க வில்லை.

6

ருஷிய – ஜப்பானிய யுத்தம் முதற்பருவம் படை சேகரித்தல்

ருஷிய ஜப்பானிய யுத்தத்தைப் பற்றி எத்தனையோ நூல்கள் ஆங்கிலேயரால் எழுதப் பட்டிருக்கின்றன. ஆயினும் அவற்றுளெல்லாம் காப்டென் ஸெஜ்விக் என்பவர் எழுதியிருக்கும் தலைப்பிலே கண்ட பெயருடைய நூல் அதிவிசேஷ மானதென்று பம்பாயில் பிரசுரமாகும் "டைம்ஸ் ஆப் இந்தியா" என்ற கீர்த்திபெற்ற ஆங்கிலேயப் பத்திரிகை அபிப்பிராயப்படுகிறது.

இப்புஸ்தகத்திலே ருஷிய ஜப்பானியர் களுக்குள் விரோதம் தொடங்கிய நாள்முதல் ஜூலை மாதம் 31–ம் தேதி (இரு திறத்தாரும் யுத்தரங்கத்தில் சைநியங்களைக் கொண்டு சேர்த்தது) வரை நடந்த செய்திகள் மட்டுமே கூறப்பட்டிருக்கின்றன.

நடந்த செய்திகளையெல்லாம் இந்நூலாசிரியர் தெளிவுடன் வரிசைக் கிரமமாக அணிப்படுத்தி, நன்றாகச் சொல்லியிருக்கிறார். இத்துடன் மிகப் பயன்படத் தக்க சித்திரங்களும் சேர்க்கப் பட்டிருக்கின்றன.

இப் புஸ்தகத்தைப் பற்றி விமர்சனமெழுதி யிருப்பதில் டைம்ஸ் (பம்பாய்) பத்திரிகை பின்வருமாறு சொல்லுகிறது:

“ஆரம்பப் பக்கங்க ளொன்றில், இந்நூலாசிரியர் ஆங்கிலேயர்களெல்லாம் கவனிப்பதற்குரிய ஓர் முக்கிய மான விஷயத்தை எடுத்துச் சொல்லியிருக்கிறார். அதாவது, எந்தத் தேசத்தார் தேச கவுரவத்தை முதன்மை யாகவும், சரீர சுகத்தை இரண்டாவதாகவும் கருதப் பழக்கப்பட்டிருக்கிறார்களோ, எந்தத் தேசத்தார் ராணுவப் பயிற்சியிலுள்ள கஷ்டங்களை அனுபவித்தல் கவுரவ மென்றெண்ணுகிறார்களோ அப்படிப்பட்டவர்கள் சரீர சுகத்தின் பொருட்டுப் பொருளும், பொருள்தேடுவதன் பொருட்டு அமைதியும் வேண்டுமென்பதையே பிரதம சிந்தையாகக் கொண்டிருக்கும் தேசத்தாரைக் காட்டிலும் பெருமை பெற்ற காரியங்களைச் செய்து முடிக்க வல்லவர்களாவார்கள்.

முன்னையவர் பின்னையவரைக் காட்டிலும், சுருங்கச் சொல்லுமிடத்து, உயர்ந்த ஜாதியாராவார்கள். இவ்விஷயம் ருஷிய – ஜப்பானிய யுத்தத்தினால் நிதரிசப் படுத்தப்பட்டிருக்கின்றது.

பேகன் என்ற ஆங்கிலேய ஞானி “ராஜ்யாதிகாரத்திற்கும், பெருமைக்கும் எல்லாச் சாதனங்களிலும் முக்கியமானது யாதெனில், ஓர் தேசத்தார் யுத்தத் தொழிலை முக்கியக் கவுரவமாகவும், முக்கியப் படிப்பாகவும், முக்கியத் தொழிலாகவும் கருதுவதேயாகும்” என்று சொல்லியிருப்பது ருஷிய – ஜப்பானியப் போரின் அனுபவங்களால் பலமடைகின்றது.

ருஷியர்கள் எவ்வளவோ வீரச் செய்கைகள் செய்திருந்த போதிலும், அவர்களிடத்தில் சில முக்கிய குணங்கள் இல்லாமையால் தோற்றுவிட்டார்கள். ருஷிய – ஜப்பானிய யுத்தம் உலகத்துக்குப் புதிதாக ஒன்றும் கற்பித்து விட வில்லை.

முஸ்திப்பின் அவசியத் தன்மை, தர்ம பலத்தின் விசேஷம், காப்பு முறைமையைக் காட்டிலும் எதிர்ப்பு முறைமை சிறப்புடையதாதல், கடல் சக்தியிலுள்ள பலம் என்ற யுத்த சாஸ்திர உண்மைகளையே திரும்ப உலகத்துக்கு எடுத்துக்காட்டி யிருக்கின்றது. உலகம் தொடங்கிய கால முதல் இவ் விஷயங்களே பல தேச சரித்திரங்களிலும் நிதரிசனப்பட்டிருக்கின்றன.

‘எப்படியும் அமைதியே வேண்டும்’ என்ற கட்சியார் இவ்வுண்மைகளின் குறிப்பையும் ரஸ்கின் ஞானியார், ‘எல்லா மஹாஜாதிகளும் போரிலே பிறக்கின்றன.

அமைதியிலே சாகின்றன' என்று சொல்லியிருப்பதின் குறிப்பையும் மனத்தே கொள்ளுவார்களாக."

மேலே பம்பாய் டைம்ஸ் ஆவ் இந்தியா பத்திரிகை (1909 ஏப்ரல் 7-ம் தேதி) அபிப்பிராயத்தை மொழிபெயர்த்தெழுதி யிருக்கின்றோம்.

நாமே சீக்கிரம் அந்தப் புஸ்தகத்தைப் படித்து அதைப் பற்றி நமக்குத் தோன்றும் விஷயங்களைப் பிரஸ்தாபிப்போம்.

இந்தியா, 17.4.1909, ப. 2

(கால வரிசைப்படுத்தப்பட்ட பாரதி படைப்புகள் – நான்காம் தொகுதி, பக். 592–594)

7

An Ancient Tamil Lady of Ever-Sacred Memory

அழியாப் புகழ்கொண்ட ஓர் பழங்காலத் தமிழ் மாது

"புறநானூறு" என்னும் அரிய தமிழ்நூல் எத்தனையோ பல நூற்றாண்டுகளின் முன்னர் தொகுக்கப்பட்டது. பின்னிட்ட நூல்களைப் போல இது புராண கதைகளை விரிக்கும் தன்மை யுடையதில்லை. அக்காலத்தில் தமிழ்நாடு இருந்த நிலைமையையும், தமிழ் மன்னர்கள் செய்த போர்களையும், இன்னும் பல இயற்கைச் செய்திகளையும் விளக்கிக் கூறுவது. இந்நூலிலிருந்து சென்னை பிரஸிடென்ஸி காலேஜ் தமிழ்ப் பண்டிதராகிய ஸ்ரீ வி. சாமிநாத அய்யர் சென்ற மதுரைத் தமிழ்ச் சங்க வருடாந்தக் கூட்டத்தின் போது ஓர் பாடலெடுத்துக் கூறிப் பொருள் விரிக்கும்படி நேரிட்டது. தமிழ்ப் படிப்பினால் காரியமில்லை யென்றும், ஆங்கிலேய நூல்கள் படிப்பதனாலுண்டாகும் தேசபக்தி, பெருந்தன்மை முதலியவை உண்டாகா வென்றும், சிலர் அறியாமையால் கருதுகிறார்கள் அல்லவா? இவ்வாறு நினைப்பது பிழையென்பதை விளக்கும் பொருட்டாக ஸ்ரீ அய்யரவர்கள் ஷை பாடலை எடுத்துக் கூறினர். அதிலே ஓர் ரணவீரனது தாயைப் பற்றிப் பிரஸ்தாபமுளது. இந்த அம்மை தனது ஒரே மகனை யுத்தத்துக்கு அனுப்பிவிட்டு வீட்டிலிருந்தாள். 'போர்முகத்துக்குச் சென்றிருக்கும் மகன் வெற்றியுடன் திரும்பி வருவான், அல்லது களத்திலே சுதேசத்தின் பொருட்டாக இறந்து

விடுவான். இவற்றில் எது செய்தாலும் நலமே' யென்று இத்தாய் எண்ணியிருந்தனள். அப்படியிருக்க யாரோ ஒரு பொய்யன் வந்து இந்தப் பெருமாட்டியிடம் "அம்மா, உமது பிள்ளை யுத்த முகத்திலிருந்து பின்னிடைந்து ஓடிவந்து விட்டான்'' என்று சொன்னான்.

"ஐயோ, தாயப்பூமியின் பொருட்டாக இரத்தம் சிந்த தைரியமில்லாத இந்தக் கோழைப் பிள்ளையையா பெற்று இத்தனை காலம் வளர்த்தேன்? தேசபக்தியைக் காட்டிலும் உயிரைப் பெரிதாகக் கருதும் அற்பனையா பெற்று வளர்த்தேன்? இப்போதே போர்க்களத்திலே சென்று பார்க்கிறேன். அங்கே இவன் தனது துணைவர்களெல்லாம் இறந்துவிழுந்திருப்பதைப் போல, தனது உயிரையும் பலியிட்டிருந்தாலாய்விட்டது. இல்லாவிடின் இந்த அதைரியங் கொண்ட பேடிக்குப் பால் கொடுத்த எனது மார்பினைத் திருகி எறிந்துவிட்டு நான் போர்க்களத்திலே செத்துவிடுகிறேன்" என்ற நிச்சயத்துடன் அந்த வயது முதிர்ந்த அம்மை போர்க்களத்துக்குப் போனாள். அங்கே தனது வீர குமாரன் முன்னணியில் வெட்டுண்டு கிடப்பதைப் பார்த்துப் பிறகு அம்மகனது பெருமைகளை நினைந்து புலம்பியும் இவன் தாய்நாட்டின் பொருட்டாக உயிர்கொடுத்தமை பற்றி மனதாறியும், மீண்டனள்.

இந்தப் பெருமாட்டியின் பெயர் இப்போது தெரிய இடமில்லை. இவளைப் போன்ற தாய்மார்கள் பரத கண்டத்தில் இக்காலத்தில் அனேகர் பிறக்குமாறு ஈசன் அருள் புரிந்தாலல்லவோ நமது குறைகளுக்கெல்லாம் முடிவேற்படும்?

A Parallel
ஓர் ஒப்பு

மேலே கூறப்பட்ட தமிழ் மாதைப் பற்றிப் பேசுமிடத்து சென்ற ருஷிய ஜப்பானிய யுத்தத்தின் போது நிகழ்ந்த ஓர் செய்தி ஞாபகத்துக்கு வருகின்றது. ஓர் ஜப்பானிய தாய் தனது பல குமாரர்களைப் போர்க்களத்திலே இறக்கக் கொடுத்துவிட்டுப் பிறகு ஒருநாள் அழுதுகொண்டிருந்தாள். அவளிடம் ஒருவர் சென்று "அம்மா ஏன் அழுகின்றீர்? உமது பிள்ளைகள் மஹா கீர்த்திகரமான மரணத்தை யல்லவோ அடைந்திருக்கிறார்கள்?" என்று ஆறுதல் கூறினார். அதற்கு அத் தாய் "ஐயா, நான் இறந்துபோன மகனின் பொருட்டாக அழவில்லையே. எனது தாய்நாட்டிற்கு கீர்த்தி வரும் பொருட்டாக பலியிடுவதற்கு இன்னும் பிள்ளைகளில்லாமல் போய்விட்டதென்று வருத்தமடைகிறேன்" என மறுமொழி தந்தனளாம்.

இந்தியா, **8.9.1906, ப. 6**

8

President Roosevelt and Japan

ரூஸ்வெல்ட் அதிபரும் ஜப்பானும்

அமெரிக்கா ஐக்கிய நாடுகளின் அதிபராகிய மிஸ்டர் ரூஸ்வெல்ட் இந்த வாரத்தில் மேற்படி நாடுகளின் முக்கிய மந்திராலோசனை சபை (காங்கிரஸ்)க்கு அனுப்பிய கடிதம் அனேக விஷயங்களில் நன்கு கவனிப்பதற்குரியது. ரூஸ்வெல்ட் அதிபர் மிகுந்த தீரத்தன்மை யுடையவர். தேச ஜனங்களின் மனதுக்கு வருத்த முண்டாகுமென்பதற்குப் பயந்து உண்மைகளை மறைத்துக் கூறும் வழக்கமுடையவரல்லர். சமீபத்திலே ஸான்பிரான்ஸிஸ்கோவில் கவர்ன்மெண்ட் பாடசாலைகளிலிருந்து ஜப்பானியர்களை விலக்கின அநீதியைப் பற்றி இவர் மிகுந்த கோபத்துடன் எழுதியிருக்கிறார்.

ஜப்பானியர்களிடம் அநாவசியமான விரோதம் பாராட்டும் அமைச்சர்களை அறிவற்ற மூர்க்கர்களென்று பேசுகிறார். ஐக்கிய நாடுகளின் மத்திம கவர்ன்மெண்டார் வெளித்தேசத்தாருடன் செய்து கொள்ளு[ம்] உடன்படிக்கை நிபந்தனைகள் ஒவ்வொரு தனி மாகாணமும் அனுஷ்டிக்கும்படி செய்ய இப்போது விதி ஏற்படுத்தப்படாம லிருக்கின்றது. எனவே, ரூஸ்வெல்ட் அதிபர் ஜப்பானியர்களை

விலக்காமல் அவர்களுடன் சகோதரபாவமாக நடந்துகொள்ள வேண்டுமென்று விரும்பிய போதிலும் காலிபோர்னியா என்னும் ஒற்றை மாகாணத்தின் கவர்ன்மெண்டார் அதற்கிணங்க மனமில்லாமலிருக்கின்றார்கள். இம்மாதிரி ஏற்படாமலிருக்கும் பொருட்டு அரசு முறைமையே மாற்றப்பட வேண்டுமென்று ரூஸ்வெல்ட் அதிபர் அபிப்பிராயப்படுகிறார். இந்த ஜப்பானிய விவகாரத்திலே எந்த மாகாணத்தாரும் யாதொரு அக்கிரமமும் செய்யாமலிருக்கும் பொருட்டாகத் தமது 'ஸிவில்' அதிகாரத்தை மட்டுமேயன்றி, ராணுவ பலத்தைக் கொண்டும் வற்புறுத்தத் தயாராயிருப்பதாக இவர் வெளியிடுகின்றார். ஜப்பானிய விவகாரத்தை மிகவும் நுட்பமாக விவரித்துப் பேசுகிறார். "எல்லா தேசத்து ஜனங்களையும் நாம் சமானமாக நடத்தக் கடமைப்பட்டிருக்கிறோம். சரியான ஒழுக்கத்துடன் நடக்கும் அன்னியர்களுக்குள்ளே பக்ஷபாதம் காட்டுதல் மிகவும் தாழ்ந்த நாகரீகத்தின் அடையாளமாகும். ஜப்பானியரிடம் விரோதம் காட்டுதல் அமெரிக்கர்களுக்குப் பெரிய அவமானமாகும். அதிலிருந்து மிக்க விபத்துக்கள் ஏற்படக் கூடும்" என்று ரூஸ்வெல்ட் எழுதுகின்றார். ஜப்பானியர்களின் தீரத் தன்மையைப் பற்றி மிகவும் புகழ்ச்சிசெய்து பேசுகின்றார். ஸான்பிரான்ஸிஸ்கோ பூகம்பத்திலே வருந்திய ஜனங்களுக்கு ஜப்பானியர்கள் ஒரு லக்ஷம் டாலர் தர்மஞ் செய்த நன்றியை நினைப்பூட்டுகின்றார். ஜப்பானியர்களைப் பள்ளிக்கூடங்களினின்றும் விலக்குதல் மஹா மூடத்தனம். அமெரிக்காவுக்கும், ஏஷியாவுக்கும் மிகுந்த வர்த்தக நட்பு ஏற்பட வேண்டும். நாம் மற்றவர்களிடம் என்ன விதமான மரியாதை எதிர்பார்க்கிறோமோ அவ்விதமான மரியாதை நாம் அவர்களுக்குச் செய்யத் தயாராயிருக்க வேண்டும் என்கிறார்.

இனி அமெரிக்காவை மட்டிலும் குறிப்பிட்ட சில சீர்திருத்தங்கள் அந்தக் கூட்டத்திலே காணப்படுகின்றன. வரம்புக்கு மிகுந்த திரவியம் வைத்திருப்போர்களை மிகுந்த தீர்வைகள் சுமத்திக் கூடிய வரை அமுக்கி வைக்க வேண்டுமென்ற சீர்திருத்தம் இவர் நெடுங்காலம் விரும்பி வருகின்றார். அதையும் இந்தக் கடிதத்தில் வற்புறுத்துகின்றார். அமெரிக்காவில் செல்வம் வரம்புக்கு மிஞ்சி வைத்துக் கொண்டிருப்போர்களால் பொது ஜனங்கள் எவ்விதமான பெருந் தீமைகள் விளைகின்றன என்பதை ஆராய்ச்சி புரிவோமானால், இவர் விரும்பும் சீர்திருத்தம் அவசியமென்பது விளங்கும்.

ரூஸ்வெல்ட் அதிபர் எல்லா தேச ஜனங்களையும் சமமாக நடத்த வேண்டுமென்று சொல்லியிருப்பதைப் பற்றிச் சில வெள்ளைப் பத்திரிகைகள் வெகு சந்தோஷத்துடன் எழுதுவதைக் கவனிக்கும்போது இங்கிலாந்து அவ்வாறுதான் நடத்தி வருகின்றதோ?

இந்தியா, 8.12.1906, ப. 4

9

The American-Japanese War Scare

அமெரிக்காவுக்கும் ஜப்பானுக்கும் யுத்தமுண்டாகுமோ?

சில நாட்களின் முன்பு அமெரிக்கா ஐக்கிய நாடுகளிலே ஒன்றாகிய காலிபோர்னியா (California) என்ற நாட்டிலே பாடசாலைகளில் சேர விரும்பிய ஜப்பானிய மாணாக்கர்களுக்கு இமிசையான நிபந்தனைகள் சில ஏற்படுத்தப்பட்டன வென்பதும், அதை ஐக்கிய மாகாணங்களின் தலைமை கவர்ன்மெண்டார் தடுத்துங்கூடக் காலிபோர்னியாக்காரர் கவனிக்கவில்லை யென்பதும், அதன்பேரில் அமெரிக்காவுக்கும் ஜப்பானுக்கும் இடையே மனஸ்தாபம் முதிர்ச்சி பெற்று வருகிறதென்பதும் நாம் ஏற்கெனவே அறிந்த விஷயங்களாகும். இப்போது மனஸ்தாபம் மிகுந்துபோய்விட்டபடியால் ஷை இரண்டு தேசங்களுக்கும் யுத்தம் மூண்டு விடப்போகிற தென்று சில அமெரிக்கப் பத்திரிகைகள் எழுதுகின்றன. ஜப்பான் யுத்தத்திற்கு சன்னத்தமாய் விட்டதென்று அவை கூறுகின்றன. இன்னும் பலவாறு ஜனங்கள் திடுக்கிடத்தக்கவாறு அமெரிக்கப் பத்திரிகைகள் எழுதி வருகின்றன. இதன் பேரில் எங்கே பார்த்தாலும் கலக்கம் நிறைந்துபோய்விட்டது. ஐக்கிய மாகாணங்களின்

தலைமை கவர்ன்மெண்ட் அதிபராகிய ரூஸ்வெல்ட் ஜப்பானுடன் சமாதான நிபந்தனைகள் ஏற்பாடு செய்து வருவதாக ஒரு பத்திரிகைப் பிரதிநிதி தந்தியடிக்கிறார்.

காலிபோர்னியாவிலுள்ள பாடசாலை அதிகாரிகளுக்கும் ரூஸ்வெல்ட் அதிபர் எழுதி அவர்கள் தேசாபிமானத்தையும் நல்லறிவையும் உபயோகித்து ஜப்பானியருக்கு மனஸ்தாப மேற்படுத்தக் கூடிய நிபந்தனைகளை நீக்கிவிட வேண்டுமென்பதாகக் கேட்டுக் கொண்டிருக்கிறார்.

அமெரிக்காவின் நிலைமை இவ்வாறாக ஜப்பானியர்கள் அமெரிக்கப் பத்திரிகைகளின் பிரஸ்தாபத்தைக் கேட்டு வியப்பும், மனவருத்தமும் அடைவதாகக் கூறப்படுகின்றது. அமெரிக்காவுடன் யுத்தம் செய்ய வேண்டுமென்ற எண்ணமே தமக்கில்லையென்று ஜப்பானியர்கள் சொல்லுவதாக ராய்டர் தெரிவிக்கிறார்.

இந்தியா, 9.2.1907, ப. 7

குறிப்பு: சீனி. விசுவநாதனின் கால வரிசைப்படுத்தப் பட்ட பாரதி படைப்புகள், தொகுதி 2இல் கட்டுரையின் இறுதிச் சொல் 'தெரிவிக்கிறது' என இடம் பெற்றுள்ளது. 'பத்திரிகைகளில் பால் வேற்றுமை' என்னும் பாரதியின் கட்டுரை இதனுடன் ஒப்புநோக்கத் தக்கதாகும்.

10

[அமெரிக்காவும் ஜப்பானும்]
OUR CARTOON
சித்திர விளக்கம்

கொட்டினால் தேள்
கொட்டாவிட்டால் பிள்ளைப்பூச்சி

நாம் இந்த தடவை பிரசுரம் செய்திருக்கும் சித்திரத்திலே ஒருபுறம் அமெரிக்கா "யூனைடெட் ஸ்டேட்ஸ்" அதிபராகிய மிஸ்டர் ரூஸ்வெல்ட் நாற்காலியிலே சாய்ந்து புகை குடித்துக்கொண்டு வெகு உல்லாசமாகப் படுத்துக்கொண்டிருக்கிறார். அப்போது ஜப்பான் அரசராகிய மிகாடோ வந்து மரியாதையாக விலகி நின்றுகொண்டு "ஐயா நான் உள்ளே வரலாமா?" என்று கேட்கிறார். அதற்கு ரூஸ்வெல்ட் வெகு கர்வத்துடன் நமது வீட்டுக்குள் வரக்கூடாது, வெளியே போ, தொந்தரை செய்யாதே என்று சொல்லுகிறார். இது முதல் காட்சி. இனி இரண்டாம் காட்சியிலே அதே மிக்காடோவுக்குக் கோபம் உண்டாகிக் கைத்தடியைக்கொண்டு ரூஸ்வெல்ட் தலையிலுள்ள தொப்பியை எற்றித்தள்ளிவிட்டு "இப்போ தென்ன சொல்லுகிறாய்? இனியேனும், வரலா[மா சொ]ல்" என்று கேட்கிறார். அ[தற்கப்பால்]தான் ரூஸ்வெல்டுக்குப் புத்தி வரு[கிறது]. ரூஸ்வெல்ட் மிகவும் சுமுகத்துடன் "எனது பிரியமுள்ள ஜப்பானே! நீ எப்போது வருவாயென்று காத்துக்

கொண்டல்லவோ இருக்கிறேன்" என்று சொல்லுகிறார். இந்த வினோத சித்திரம் எதைக் குறிப்பிடுகிறதென்ற விஷயம் நேயர்கள் எளிதாக ஊகித்துக்கொள்ளலாம். சில மாதங்களின் முன்பு அமெரிக்காவில் காலிபோர்னியா மாகாணத்திலே பள்ளிக்கூடங்களில் வந்து வாசித்துக்கொண்டிருந்த ஜப்பானியச் சிறுவர்களை அமெரிக்கர் பலவிதமான இமிசைகளுக்குட்படுத்தினார்கள். ஜப்பான் நயத்திலே சொல்லிப் பார்த்தது. அதை அமெரிக்கர் கவனிக்கவில்லை. அதன்பேரில் ஜப்பான் போர்செய்யப் புறப்பட்டுவிடுமென்று சில வதந்திகள் உண்டாய்விட்டன. உடனே அமெரிக்கா "யூனைடெட் ஸ்டேட்ஸ்" தலைவராகிய மிஸ்டர் ரூஸ்வெல்ட் காலிபோர்னியா மாகாண கவர்ன்மென்டாருக்குக் கட்டளை பிறப்பித்து ஜப்பானை மகா கவுரவத்துடன் நடத்த வேண்டுமென்றும் ஜப்பானிய மாணாக்கர்களை எவ்விதமான இமிசைக்கும் உள்ளாக்கலாகாதென்றும் சொன்னார். ஜப்பான் ருஷியாவை மிதித்து அதற்கு அறிவூட்டிய தேசமாதலால் ஜப்பானிடம் அமெரிக்கர்களுக்கு இவ்வளவு மதிப்பு ஏற்பட்டது. இந்த சமாசாரத்தைப் பற்றி முன்னமே நமது பத்திரிகையில் விஸ்தாரமாக எழுதியிருக்கிறோம். இப்போது இதைப் பற்றி மேற்படி ரஸமான சித்திரம் "ரெவ்யூ ஆப் ரெவ்யூஸ்" பத்திரிகையிலே பதிக்கப்பட்டிருப்பதை இங்கு எடுத்துப் பதிப்பித்திருக்கிறோம். இதன் படிப்பினை யாதென்றால் கையாலாகாத ஜனங்களின் வாய்க் கூச்சல்களை யாரும் கவனிக்கமாட்டார்கள். பயத்தில் நடக்கிற விஷயங்கள் நயத்தில் நடக்கமாட்டா. "அடி உதவுவதுபோல் அண்ணனும் தம்பியும் உதவமாட்டார்கள்".

இந்தியா, 23.3.1907, ப. 2

தொகுப்பும் பதிப்பும்: ய. மணிகண்டன்

11

பாரத ஸ்வதந்திரத்தைப் பற்றி ஜப்பானியர் அபிப்பிராயம்

ஜப்பானிலே பிரசுரமாகும் பத்திரிகைகளிலே "ஜப்பான் க்ரானிகில்" என்பது மிகவும் முக்கியமானவற்றிலொன்று. சென்ற டிசம்பர் மாதம் 17-ம் தேதியன்று இப் பத்திரிகை 'இந்தியாவில் சுதேசியக் கட்சி' என்பதாகத் தனது தலைப்பக்கத்திலே ஓர் பிரவசனம் எழுதியிருக்கிறது. இந்தியா ஸ்வராஜ்யத்துக்குத் தகுதியுடையதா? என்ற விஷயத்தைப் பற்றி அப் பத்திரிகை சொல்வதாவது:

> 'பாரத ஜனங்கள்' ஸ்வராஜ்யத்துக்குத் தகுதி பெற்றவர்களில்லையென்று சிலர் சொல்லுகிறார்கள். ஆனால், இங்ஙனம் சொல்பவர்கள் யார்? அதிகாரத்தைத் தமது கையில் வைத்துக்கொண்டு அதை விட்டுக் கொடுக்க மனமில்லாதிருக்கும் ஆங்கிலேய ஜாதியார்.
>
> இவர்கள் – (முழுதும் நிஷ்காரணமாக அன்று) தாமே உலகத்தில் எல்லா ஜாதியாரினும் ஆட்சித் திறமையிலே தேர்ந்தவர்களென்றும், கிறிஸ்தவரல்லாத எந்த தேசத்தாருக்கும் தமது ஆட்சி பெரியதோர் வரத்துக்கிணையாகுமென்றும் நினைக்கிறார்கள். ஆனால், ஒரு ஜாதியை ஒரு குழந்தையைப் போல எண்ணி நடத்துதல் நியாயமன்று.

கதையிலே, ஓர் கருமானிடம் போய், 'அப்பா, நீ இத்தனை விரைவாகவும், நன்றாகவும் குதிரை லாடம் செய்ய எப்படிக் கற்றுக் கொண்டாய்?' என்று கேட்டதற்கு, அவன் 'குதிரை லாடங்கள் செய்துபார்த்துக் கற்றுக்கொண்டேன்' என்றானாம். அதுபோல, ஸ்வதந்திரத்திலே பழக்கப்பட்டதால்தான் ஒரு ஜாதியாருக்கு அதை நன்கனுபவிக்கத் தெரியும்.

அமெரிக்காவில் ஸ்வதந்திர ஸ்தாபனம் ஆவதற்கு முன்பு (இந்தியர்கள் ஒன்றுசேரமாட்டார்கள் என்று இப்போது சொல்வதைப் போலவே) அமெரிக்கக் குடியேற்றத்தார்கள் ஒன்றுசேரவே மாட்டார்கள் என்றும்; ஆங்கிலேய ராஜாங்கம் இல்லாமற் போய்விட்டால், அமெரிக்கா ஜனங்கள் தமக்குள்ளேயே பெருங்கலகங்கள் விளைத்துக் கொண்டு அராஜகரமான நிலைமைக்கு வந்து விடுவார்களென்றும் பல ஆங்கிலேயர்கள் சொல்லிக் கொண்டிருந்தார்கள்.

யதார்த்தத்திலேயே, இப்போது இந்தியாவில் எவ்விதமான நிலைமைகள் இருக்கின்றனவோ அல்லது இருப்பதாகப் பாராட்டப்படுகின்றனவோ, அவ்விதமான நிலைமைகளே அமெரிக்காவிலும் அக்காலத்திலே இருந்தன.

அக்காலத்திலிருந்த பர்னபி என்ற விற்பன்னர் பின்வருமாறு எழுதுகிறார்:

"வட அமெரிக்காவிலுள்ள குடியேற்றத்தார்கள் நெருப்பும் நீரும்போல ஒருவருக்கொருவர் அத்தனை தூரம் சம்பந்தமற்றவர்களா யிருக்கிறார்கள். அந்தக் குடியேற்றத்தார்கள் பரஃஸ்பரம் கொண்டிருக்கும் மாற்சரியத்துக்கும், பொறாமைக்கும் அளவே கிடையாது. பென்ஸில்வானியா, நியூயார்க் என்ற மாகாணங்களில் வசிப்போர் ஜெர்ஸிக்காரர் களிடம் வியாபார விஷயத்தில் தீராத எரிச்சல் கொண்டவர்களா யிருக்கிறார்கள். குணத்தி லும், ஒழுக்கத்திலும், ஆசாரங்களிலும், மதத்தி லும், ஸ்வார்த்தங்களிலும் இவர்கள் மிக்க மாறுபாடுடையவர்கள். அவர்களை மட்டிலும் (இங்கிலீஷ் ராஜாங்க மில்லாமல்) யதேச்சையாக விட்டுவிட்டால் அமெரிக்கா கண்டத்தின் ஒருகோடியிலிருந்து மற்றொரு கோடிவரை

உள்நாட்டு யுத்தம் ஏற்பட்டுவிடும். குடியேற்றக் கூட்டாத்தாரெல்லோரும் அழிவுபெறும் தருணத்தை, நீகிரோ ஜாதியாரும், வடஅமெரிக்க இந்தியர்களும் ஆவலோடு எதிர்பார்த்திருப்பார்கள்."

ஆதீஸ் என்ற மற்றொருவர் பின்வருமாறு எழுதியிருக்கிறார்:

இந்தக் குடியேற்றத்தார்களை யதேச்சையாக விட்டு விட்டால், (அப்பால் சிறிய நாடுகள் ஏற்பட்டு அமைதி யடைவதின் முன்பு) நாளைய தினம் அமெரிக்கா முழுதும் கலங்கிப்போய் ரத்தக்காடாய்விடும்.

லெக்கி என்ற சரித்திரக்காரர் சொல்லுகிறார்:

டச்சுக்காரர், ஜெர்மானியர், பிரெஞ்சுக்காரர், ஸ்வீது ஜாதியார், ஸ்காட் ஜாதியார், ஐரிஷ்காரர் இவர்களில் பெரிய பெரிய கூட்டத்தார்கள், ஆங்கிலேயரின் சந்ததியாருக்கிடையிலே கலந்து பரவிப்போய், இக் குடியேற்றத்து ஜனத் தொகை யின் பின்ன நிலைக்குக் காரணமாக இருந்தார்கள். ஆட்சி முறையினும், மத நம்பிக்கையிலும், வியாபார ஸ்வார்த்தங்களிலும், ஜாதித் தன்மையிலும் இவர்கள் முழுதும் வேறுபட்டவர்களாய், ராஜ்யப் பிரளயத்திற்கு ஒரு நாள் முந்திக்கூட இவர்கள் ஐக்கியமடைவார்க ளென்பதை யாருமே நம்பக் கூடாதவண்ணமாக இருந்தது.

இந்தியா ஐக்கியமுறக் கூடிய தேசமில்லை யாதலால், ஸ்வதந்திரத்துக்குத் தகுதியுடையதில்லையென்று ஆங்கிலேயர் சொல்வது மிகக் கேலிக்கிடமான பேச்சென்பதை மேற்கூறப் பட்ட ஜப்பானியப் பத்திரிகை இன்னும் பல காரணங்கள் கூறி ஸ்தாபிக்கிறது.

இந்தியா, 6.2.1909, ப. 4

(கால வரிசைப்படுத்தப்பட்ட பாரதி படைப்புகள், தொகுதி 4, பக். 238—240)

12

'ஜப்பான் க்ரானிகில்' பத்திரிகையும் பாரத ஸ்வராஜ்யமும்

பாரத தேசத்திற்கு ஸ்வராஜ்யம் தகுதியில்லையென்று சில ஆங்கிலேய ராஜ தந்திரிகள் சொல்வது பிழையென்பதை நன்கு விளக்கி 'ஜப்பான் கிரானிகில்' என்ற பத்திரிகையில் எழுதப்பட்டிருக்கும் விவகாரங்களைப் பற்றிச் சென்ற வாரத்தில் சிறிது பிரஸ்தாபம் செய்திருந்தோம். அதே விஷயமாக அப் பத்திராதிபர் சொல்லுகிற இன்னுமோரிரண்டு சங்கதிகளை இங்குத் தெரிவிக்கிறோம். அப் பத்திரிகை எழுதுகிறது:

> "இக்காலத்தில் ஓர் ஜாதி (தேசம்)யேனும் தனியாகத் துண்டுபட்டு நிற்பதில்லை. ஆதலால், உள் சக்தியிலிருந்து சேர்க்கை ஏற்படக்கூடியது போலவே, வெளிச் சக்திகளின் நெருக்கத்தால் உள்நாட்டிலே சேர்க்கை உண்டாய் விடுதல் சாத்தியமாகும். உள்ளே எத்தனை தூரம் பிரிவுகளடைந்து போயிருந்தபோதிலும், ஒரு ஜாதியார் அறிவிலே இனி ஒத்து முயன்றாலே உயிர்வாழ முடியுமென்பது புலப்பட்டு விடுமாயின், அந்த நிமிஷத்திலேயே ஒன்றாகி வேலை செய்யத் தொடங்கிவிடுவார்கள். திருஷ்டாந்தமாக, ஜப்பானிய ஜாதி

ஒருபோதும் ஒற்றுமைப்பட்டு வாழ்ந்த ஜாதியன்று. டோகுகாவா ஆட்சி ஏற்படும் வரை, ஜப்பான் தேசத்தின் சரித்திரத்தை ஆதிகாலந் தொட்டுப் பார்த்து வருவோமானால், ஓய்வில்லாத உட்கலகங்களும், ரத்த வீழ்ச்சியுமாக இருந்திருக்கிறது. இன்றுகூட ஜப்பான் ராஜரீக விஷயங்களில் குலவுணர்ச்சி அதிகமாகக் காணப்படுகின்றது.

ஆனால், 50 வருஷங்களின் முன்பு, அத் தேசத்தார் தமது தாழ்ந்த ஸ்திதியை அறிந்து கொண்டவுடனே, முன்னேற்பட்ட கஷ்டங்களை யெல்லாம் ஈடுசெய்வதற்கு ஐக்கியமொன்றே சரியான உபாயமென்று நிச்சயித்துவிட்டார்கள். இதன் பலனாகக் குட்டிக் கலகங்களையெல்லாம் அடக்கி வைத்துவிட்டு, ஐக்கியத்தில் மிகையென்றுகூடக் கருதத்தக்கவாறு அத்தனை அதிகமான பற்றுவைத்து விட்டார்கள். ராஜ்யப் பிரளயத்தாலேனும், வேறெந்த வழியினாலேனும் சுயாதீனத்தை அடைந்து விடுமாயின் இந்தியாவும் இதே மாதிரிதான் ஆகும். ஐக்கியம் ஒரு 'பலமாக' மட்டிலும் இருப்பதன்று. இந்தியா ஜீவனோடிருப்பதே ஐக்கியத்தைத்தான் பொறுத்திருக்கிறது. துர்பலமான சகோதர ஜாதியாரைத் தொந்தரவு செய்வதில் சலிப்பில்லாமல் ஐரோப்பியப் பெருநாடுகள் ஒருபுறம் வேலை செய்து கொண்டிருக்கவும், ஆசை மிகுந்து, விரிவு நாடி உழைக்கும் ஜப்பான் மற்றொருபுறம் நிற்கவும், இன்னுமொரு பக்கத்தில் சீனா அபிவிருத்தி யடைந்து வரவும் கண்டு இந்தியா ஒற்றுமை கொண்டே தீரவேண்டும், வேறு வழியில்லை."

மேலே ஜப்பானியப் பத்திராதிபர் கூறுவது முற்றிலும் நியாயம். ஆனால், இந்தியா கொடூரமான ராஜ்யப் பிரளயம் இல்லாமல் ஸாமோபாயங்களைத் தழுவியே சுயாதீனமடைந்து விடுமென்பது நம்முடைய அபிப்பிராயம்.

இந்தியா, **13.2.1909, ப. 3**

(கால வரிசைப்படுத்தப்பட்ட பாரதி படைப்புகள், தொகுதி 4, பக். 255, 256)

13

இந்தியரும் ஜப்பானியரும்

1852-ம் வருஷத்தில் இங்கிலாந்தில் மஹாபிரபலர்களான ஒரு இந்தியரும் ஒரு ஜப்பானியரும் வந்திறங்கினர். அதி சமீபத்தில் காலஞ்சென்ற சிற்றரச வீரபூமி ஹேதோ (ஐடோ) என்பவர்தான் அந்த ஜப்பானியர்; பாரத தேச பக்த ரத்னமான ஸ்ரீ தாதாபாய் நவுரோஜிதான் அந்த இந்தியர்.

பிறகு வெகுகாலமாய் சீர்கெட்டு ஜனப்பிளவு முதலிய துக்கங்களில் ஆழ்ந்து அதிக கஷ்டங்களை யனுபவித்து வந்த பயனற்ற ஜப்பானை, ஐரோப்பா – ஆசியா கண்டங்களின் பாதிக்குமேல் கட்டிக் கொண்டாளும் ஐரோப்பிய ராஜாங்கமான ருஷ்யாவை அற முறியடித்து வெற்றி பெற்று வீரப்பிரதாபத்துடன் தற்காலம் உலகில் முதல் தரமான தேசமாக விளங்கிவரும் ஜப்பான் தேசமாகும்படி 35–40 வருஷங்களுக்குள் ஐடோ செய்துவிட்டார்.

ஆனால், ஸ்ரீ தாதாபாய் இந்தியாவுக்கு என்ன செய்தார்? ஸ்ரீமான் பாலகங்காதர திலகர் திருவாய் மலர்ந்தருளியபடி பாரத சாதிப் பிரார்த்தனைகளை யெல்லாம் எத்தெத்தனையோ விதமாய் பிரிடிஷரிடம் பண்ணிக் கடைசியில் ஆசாபங்கம் வந்து, “ஸ்வராஜ்”தான் பாரதர்கள் அடைய விரும்பும் லக்ஷியமென்று கல்கத்தா காங்கிரெஸில் 1906–ம் வருஷத்தில் வெளியிட்டார்.

ஜப்பான் நல்ல நிலைமைக்கு வந்ததற்குக் காரணமென்ன? இந்தியா இன்னும் அடிமைத்தனத்தில் ஆழ்ந்திருப்பதன் காரணமென்ன?

எவ்வளவு ஜனப்பிளவு இருந்தபோதிலும் ஜப்பான் ஸ்வய அரசாட்சி உடைத்தாயிருந்தது. இந்தியாவோ ராஜவிச்வாஸிகளையும் அன்னிய நிரங்குசப் பிரபுத்வத்தின் கீழ் அடக்கியாளப்படும் அடிமைத்தனத்தையும் உடைத்தா யிருக்கிறது. (நமது பிரெஞ்சு நாடுகளைப் போல) ஸ்வதந்திரம், ஸமத்வம், ஸஹோதரத்வம் என்னும் ஜன ஸமூக ஒழுங்குகளுடன் பாரத நாடு என்றுதான் ஸ்வய அரசாட்சி உடையதாய் விளங்குமோ?

"அதி ஸமீபத்திலேயே" என்று அசரீரியான ஆகாயவாணி யாய் ஸ்ரீ ஸ்வதந்திர லட்சுமி நம்மிடம் சொல்லுகிறாள். தேவர்களும் முனிவர்களும் 'ததாஸ்து' (அப்படியே யாகுக) என்கின்றனர்.

இந்தியா, 25.12.1909, ப. 3

(கால வரிசைப்படுத்தப்பட்ட பாரதி படைப்புகள், தொகுதி 6, பக். 266, 267)

14

Hindu Missionaries to Japan

ஜப்பானுக்கு ஹிந்து உபதேசிகள் அனுப்புதல்

ஒரு மனிதனுக்கேனும் ஒரு ஜாதியாருக்கேனும் ஈசுவரன் ஞானத்தைக் கொடுத்திருப்பது இவர்களின் சொந்த அலங்காரத்தின் பொருட்டாக இல்லை. இவர்களுடைய ஞானத்தை மற்ற ஜனங்களுக்குப் பரப்பும் பொருட்டாகவே யாகும். செல்வத்தைப் பெற்றிருப்பவன் அதைப் புதைத்து வைக்காமல் மற்ற ஜனங்களுக்கும் உதவி செய்யக் கடமைப்பட்டிருப்பது போலவே, ஞானமுடையவனும் அதை எல்லோருக்கும் தாராளமாக வழங்கக் கடமைப்பட்டிருக்கிறான்.

ஹிந்து ஜாதியார் மற்ற எந்த விஷயத்தில் குறைவுபட்டிருந்த போதிலும், தத்துவ ஞான விஷயத்திலே இவர்களிடம் சில அருமையான மனோ ரத்தினங்கள் இருக்கின்றன வென்பதை உலகத்தா ரனைவரும் ஒரே மனதுடன் அங்கீகரித்திருக்கிறார்கள். லோபித்தனமாக நம்மவர்கள் இந்த அருமையான ஞான ரத்தினங்களைப் புதைத்து வைத்துக் கொண்டிராமல், எல்லாத் தேசத்தார்களுக்கும் வழங்குதல் பொருந்தும். முற்காலத்தி லெல்லாம் இங்ஙனமே நடைபெற்று வந்தது. ஆனால், இந்தியா பதனமடைந்து இந்தியர்களைச் சுற்றிப் பலவிதமான இருட்சி சூழத் தொடங்கிய காலத்திலே, இவர்கள் தாம் பரம்பரை பரம்பரையாகச் சேர்த்து வைத்த ஞானக் குவைகளை அதிகரிக்க முயற்சி பண்ணாமலும், தாமும் அனுபவிக்காமலும், அன்னியர்கள்

தொகுப்பும் பதிப்பும்: ய. மணிகண்டன்

உபயோகிக்கவும் அனுமதி தராமலும், புதையல் காத்த பேய்களைப் போல் ஆய்விட்டார்கள்.

❍

சென்ற சில வருஷங்களாக இந்தியாவிலே ஓர் புதிய எழுச்சி தோன்றியதற்கு முன்னடையாளமாக ஸ்வாமி விவேகாநந்தரும், அவரது கூட்டத்தாரும் தோன்றி உலக முழுதிற்கும் ஹிந்து மத உண்மைகளை (பட்டினத்தார் தமது பணத்தைச் சூறை கொடுத்தது போல) வாரியிறைக்கத் தொடங்கினார்கள். லௌகிக இன்பங்களிலும் நாஸ்திகக் கோட்பாடுகளிலும் முழுகிக் கிடந்த அமெரிக்காவிலே போய்த் தமது “ஸர்வத் தியாக”க் கோட்பாடுகளையும் எல்லா வஸ்துக்களின் ஏகத்துவத்தையும், விவேகாநந்த ஸ்வாமி ராஜமேகம் போல நின்று வருஷிக்கத் தொடங்கினார். அவருக்கப்பாலும், ஸ்வாமி அபேதாநந்தர், திரிகுணாதீதர் முதலானவர்கள் இவரது பெருந்தொழிலை முறையே நடத்தி வருகிறார்கள்.

❍

இப்போது ஜப்பானிலே மத மாறுபாடுகள் வெகு தீவிரமாக நடந்து வருகின்றன. பழைய கன்பூஷிய மதம், சிதைவுபட்ட புத்த மார்க்கம் என்பவற்றைக் கைவிட்டு வருகின்றார்கள். இவர்களிற் சிலர் கிறிஸ்தவ மார்க்கத்திலும் சிலர் மகமதிய மார்க்கத்திலும் சார்பு காட்டி வருகின்றார்கள்.

அவர்களுக்கு இந்த சமயத்திலே ஹிந்து மார்க்க உண்மைகளை உபதேசிக்க யாரேனும் பெரியோர்கள் செல்வார்களானால் மிகவும் சிறப்பாக இருக்கும். ராமகிருஷ்ண மடத்து சன்யாசிகள் இவ் விஷயத்தில் சிரத்தை யெடுக்க வேண்டுமென்று கேட்டுக் கொள்ளுகிறோம். அவர்களுடைய ஞான விதைகளை ஊன்றுவதற்கு அமெரிக்காவைக் காட்டிலும், ஜப்பான் மிகவும் பக்குவமான பூமியாகும். மேலும் ஜப்பானுக்கும் இந்தியாவுக்கும் இக்காலத்தில் பலவிதமான சம்பந்தங்கள் ஏற்படுவது பல விதமான நன்மைக ளுண்டாக்கக் கூடியது. ஜப்பானியர்களால் நமக்கு எத்தனையோ காரியங்கள் ஆகவேண்டியிருக்கிறது. ஜப்பானியர்களிடமிருந்து நாம் எத்தனையோ விஷயங்கள் கற்றுக்கொள்ள வேண்டியிருக்கிறது. ஜப்பானியர்கள் நமது தேசத்தை “தேவலோகம்” என்று தமது பாஷையிலே வழங்கி வருகிறார்களென்பது முன்னமே சொல்லி யிருக்கிறோம். அத் தேசத்தாருக்கு நம்மிடமுள்ள மதிப்பை நாம் வளர்க்க முயற்சி புரிய வேண்டும். இவ் விஷயத்திற்குத் தக்க உபதேசிகளைத் தெரிந்தனுப்புவது நமது செல்வர்களாலும் மடாதிபதிகளாலும் கவனிக்கப்பட வேண்டிய விஷயம்.

***இந்தியா,* 10.11.1906, ப. 7**

15

ஜப்பானில் ஸம்ஸ்கிருதப் படிப்பு

. . .ஜப்பானில் ஸம்ஸ்கிருதப் படிப்பு வளருகிறது. அங்கே ஸம்ஸ்கிருதப் படிப்பு எந்தக் காலத்தில் தொடங்கியது என்று இன்னும் நிச்சயமாய்ச் சொல்ல இடமில்லை. ஆறாம் நூற்றாண்டில் அந்த நாட்டுக்குள் பௌத்த மதம் நுழைந்தபோதே ஸம்ஸ்கிருதமுங்கூட நுழைந்திருக்கலாம் என்று சிலர் சொல்லுகிறார்கள். ஏழாவது நூற்றாண்டின் மத்தியிலே சீன தேசத்தில் மொழிபெயர்ப்புச் சங்கம் நடத்திய ஹயலுக்த்ஸவ்[1] என்ற பண்டிதரிடம் ஜப்பானிலிருந்து பல குருக்கள் வந்து ஸம்ஸ்கிருதம் படித்ததாகச் சரித்திர ஆதாரத்தினால் தெரிகிறது. 735 (கி.பி)–ஆம் வருஷத்தில் பாரத தேசத்திலிருந்து போதிஸேனன், யத்ரியத் என்ற இரண்டு பேர் ஜப்பானில் போயிறங்கினார்கள். சிறிது காலம் சீன ராஜதானியிலிருந்துவிட்டு ஜப்பானிலிருந்து அங்கு வந்த மந்திரிகளுடனே அங்கிருந்து புறப்பட்டு ஜப்பானுக்குப் போய்ச் சேர்ந்தார்கள். இதற்கப்பால் ஸம்ஸ்கிருதப் படிப்பு மிகுதிப்பட்டது. ஜப்பானிலிருந்து ஸம்ஸ்கிருத பண்டிதர் சீனத்திலே போய் மஹா கீர்த்தி யடைந்தனர். திருஷ்டாந்தமாக, 805 (கி.பி) –ஆம் வருஷத்தில் ரெய்ஸோன் என்ற

1. Hiuen Tsang என ஆங்கில மூலத்தில் இப்பெயர் உள்ளமை கொண்டு யுவான் சுவாங் எனக் கருதலாம்.

ஜப்பானிய குரு சீனத்துக்குப் போய் அங்கே பௌத்த மொழிபெயர்ப்புச் சங்கத்தின் தலைமையை நடத்தினார். அப்போது ந்ராஸ்னா நன்[2] றென்ற ஹிந்து பண்டிதர் அங்கிருந்தார். இருவருஞ் சேர்ந்து ஒரு பெரிய சாஸ்திரம் ஸம்ஸ்கிருதத்திலிருந்து மொழிபெயர்த்து வந்தார்கள். இப்போதும் அங்கே பௌத்த தர்மத்துக்கு அந் நூல் பெரிய ப்ரமாணமாக நிற்கின்றது. மேலும், அக்காலத்திலிருந்து ஜப்பானிலிருந்து பலர் பாரத தேசத்துக்கு வந்து போனதாகவும் தெரிகிறது. இப்போது ஜப்பானிலே பௌத்த மடங்களில் நூற்றுக்கணக்கான மனிதர் ஸம்ஸ்கிருதம் படிக்கிறார்கள்; மாணாக்கர் படிக்கிறார்கள். ஒவ்வொரு ராஜாங்கத்து ஸர்வ கலாசாலையிலேயும் சங்கத்திலேயும் பெரிய தேர்ச்சி கொண்ட ஜப்பானிய ஸம்ஸ்கிருத பண்டிதர் நியமிக்கப்பட்டிருக்கிறார். இங்குள்ள ஸம்ஸ்கிருத பண்டிதர்கள் ஜப்பானிலுள்ள ஸம்ஸ்கிருத பண்டிதர்களுடன் ஓலை எழுதிப் பழக்க மேற்படுத்திக் கொள்ளலாம். டோக்யோ ஸாம்ராஜ்ய ஸர்வகலா சங்கத்தில் பண்டித அநேஸாகி (Anesaki) என்பவர் இருக்கிறார். அங்கிருந்து பழைய சுவடிகள் தருவித்துப் பார்க்க ஏற்பாடு செய்யவேண்டும். ஹிந்து ஸர்வகலா சங்கத்தார் இவ் விஷயத்தைக் கவனிப்பது நலமாகும்.

(பாரதி நூல்கள் கட்டுரைகள், பாரதி பிரசுராலயம், மு.ப. 1936, பக். 560, 561.)

குறிப்பு: "பருந்துப் பார்வை" என்னும் தலைப்பிலமைந்த கட்டுரையில் இடம்பெற்ற பகுதி இது. இக்கட்டுரை வெளிவந்த மூலப்பிரதி கிடைக்கவில்லை. இதிலுள்ள சில பெயர் வடிவங்கள் சரியாக அமையவில்லை.

---

2. Prajna என ஆங்கில மூலத்தில் இப்பெயர் உள்ளது.

16

அன்னியர் கொண்டுவரும் மூலதனமும் அவர்களுடன் விவாகாதி சம்பந்தங்கள் செய்துகொள்வதும்:

ஹெர்பர்ட் ஸ்பென்ஸரின் அபிப்பிராயம்

சில வருஷங்களின் முன்பு காலஞ்சென்றவ ராகிய ஹெர்பர்ட் ஸ்பென்ஸர் என்ற ஆங்கிலேய தத்துவ சாஸ்திரியார் தமது ஆழ்ந்த கல்வியின் பொருட்டும், அரிய ஞானத்தின் பொருட்டும் உலக முழுதிலும் புகழ்படைத்தவர். இவருடைய ஞானப் பெருமைகளைப் பற்றிச் சொல்வதற்கு இது சந்தர்ப்பமில்லை. "டார்வின்" என்ற ஜந்து சாஸ்திரியால் ஜந்து வகை மட்டிலே கூறப்பட்ட பரிணாம தர்மத்தை உலகத்திலுள்ள ஸகல விஷயங்களுக்கும் பொருந்துமென்று கண்டுபிடித்து நிரூபணம் செய்தவர் இவரே யென்பதை மட்டிலும் இங்குக் குறிப்பிட்டு நிறுத்துதல் பொருந்தும்.

ஸமீபத்தில் இப் பண்டிதருடைய சரித்திரம் அவருடய சிஷ்யர்களி லொருவரும், சென்னப் பட்டணத்தில் கல்வியிலாகாத் தலைவரா யிருந்தவருமாகிய பண்டித டங்கன் என்பவரால் பிரசுரிக்கப் பட்டிருக்கின்றது. அப் புஸ்தகத்தில் ஸ்பென்ஸர் ஜப்பானிய ராஜதந்திரி யொருவருக் கெழுதிய அருமையான கடிதமொன்று வெளியா யிருக்கிறது. அக் கடிதத்தின் விவரம் யாதெனில், 1892–ம்வருஷத்தில் ஐரோப்பாவிலும், அமெரிக்காவிலுமுள்ள பேரரசுகளோடு தான்

செய்து வைத்திருந்த உடன்படிக்கையைச் சில அமிசங்களில் புதுப்பிக்க வேண்டுமென்ற கருத்து ஜப்பானுக் குண்டாயிற்று. ஜப்பான் நாட்டில் அன்னிய முதலாளிகள் மூலதனங் கொண்டு வந்து தொழில், வர்த்தகம் முதலியவற்றை விருத்தி செய்ய இடங்கொடுக்க வேண்டுமென்றெண்ணினார்கள்.

ஆனால் (1) அன்னியர்கள், ஜப்பானில் வந்து நிலம் கிரயத்திற்கு வாங்கி வைத்திருத்தல் (2) அவர்கள் வந்து முதல் போட்டுச் சுரங்க வேலைகள் நடத்தல் (3) கரை (யோரமான) வியாபாரங்கள் செய்தல் (4) அன்னிய தேசத்தாரோடு ஜப்பானியர் விவாகங்கள் செய்துகொள்ளுதல் என்ற நான்கு அமிசங்களில் அன்னியருக்கு எம்மட்டு உரிமைகள் கொடுக்கலாம், அவர்களுடைய சம்பந்தங்களை எந்த மட்டில் வரையறுக்க வேண்டும் என்ற விவகாரங்கள் தலைப்பட்டன.

இதில் அன்னிய தேசத்தாருக்கு அனுகூலமாக ஒரு கட்சியும், பிரதிகூலமாக மற்றொரு கட்சியும் ஜப்பானில் உண்டாகி, மிகுந்த அபிப்பிராய பேதங்கள் விளையலாயின. அந்தச் சமயத்தில் கெ. கானீகோ என்ற ஒரு ராஜதந்திரி ஸ்பென்ஸர் பண்டிதருக்கு மேற்படி விஷயங்களில் உள்ள கருத்தை அறிய வேண்டுமென்று அவருக் கெழுதிக் கேட்டார். அதற்கு மறுமொழியாகவே ஸ்பென்ஸர் மேற்குறிப்பிடப்பட்ட புகழ்பெற்ற கடிதமெழுதியனுப்பினார்.

இக் கடிதத்தில் ஸ்பென்ஸர் பண்டிதர் ஜப்பானியருக்குச் செய்யும் போதனைகள் பின்வருமாறு:

அதிகமாக அன்னியரை நெருங்க விடாதே; முழம் போட்டுப் பேசு

"அமெரிக்கர்களையும், ஐரோப்பியர்களையும் கூடிய வரை, ஒரு முழத்திற் கப்பால் வைத்து விவகரியுங்கள். அதிக சக்தியுள்ள அன்னிய தேசத்தாரை ஸமீபத்தில் வைத்திருப்பது உங்களுக்கு எப்போதும் நீங்காத அனர்த்தமாக முடியும். அவர்கள் அடி வைப்பதற்கு நிலம் அதிகமாகக் கொடுக்காதேயுங்கள். ஜாக்கிரதையா யிருங்கள்.

○

கைத்தொழில் விளைவுகள், அறிவு விளைவுகள் என்ற இருவகைப் பொருள்களிலும் அன்னியருடன் ஏற்றுமதி, இறக்குமதி வியாபாரங்கள் செய்து

கொண்டிருக்கலாம். அதனால் பிரதிகூலமுண்டாக மாட்டாது. (அதாவது, உங்கள் சாமான்களை அவர்களுக்கு விற்கலாம். அவர்கள் சாமான்களை நீங்கள் தருவிக்கலாம். உங்களுடைய அறிவுப் பயிற்சிகள், நூல்கள் முதலியவற்றை அவர்கள் தேசங்களிலே பரப்பலாம். அவர்களுடைய அறிவுப் பயிற்சிகள், நூல்கள் முதலியவற்றை உங்கள் நாட்டிலே பரவ அனுமதி செய்யலாம்.)

(இந்த விஷயம்கூட எகிப்து, பிரிடிஷ் இந்தியா முதலிய ஸ்வதந்திர மில்லாத நாடுகளுக்குப் பொருந்தியதன்று. ஸ்வதந்திரமில்லாத ஜாதியார் தமது தலைமைச் சாதியாருடனும், மற்ற ஸ்வதந்திரமுள்ள ஜாதியாருடனும் வியாபாரம் வைத்துக்கொள்வதில் யாருக்கு நஷ்ட முண்டென்பதை எளிதாக ஊஹித்தறிந்து கொள்ளலாம். இ.ப.)

இந்த வியாபார நோக்கங்கள் நிறைவேறுவதற்கு எவ்வளவு சம்பந்தங்கள் வேண்டுமோ, அதற்குமேல் ஒரு அணுக்கூட உறவு வைத்துக் கொள்ளலாகாது.

அபாயகரமான வழி

ஜப்பானிய ராஜ்ய முழுதையும் அன்னியர்களுக்கும், அவர்களுடைய மூலதனத்திற்கும் திறந்து விட்டுவிட வேண்டுமென்று நீங்கள் யோசனை செய்வதாகத் தெரிகிறது. இது அபாயகரமான வழி. நீங்கள் இப்படி உள்ளே விட்டால்; பிறகு உங்கள் நாட்டின் கதி எப்படியாகு மென்பதை அறியவேண்டுமானால், இந்தியாவின் சரித்திரத்தைப் படித்துப் பாருங்கள்.

அதிக சக்தியுள்ள ஒரு ஜாதியாருக்கு ஆரம்பத்தில் நீங்கள் தங்க இடம் கொடுப்பீர்களானால் அவர்கள் அங்கிருந்தபடியே உங்களுக்கு ஏதேனும் தொல்லை யுண்டாக்குவார்கள். அதிலிருந்து உங்களுக்கும் அவர்களுக்கும் சிறு சச்சரவுகள் ஏற்படும். அப்பால், "ஜப்பானியர் எங்களுக்கு அநீதிகள் செய்து விட்டார்கள். பழிக்குப் பழி வாங்கவேண்டும்" என்று கூச்சலிடுவார்கள். ஐரோப்பா அல்லது அமெரிக்காவிலிருந்து துருப்புகள் அனுப்பப்படும். உங்கள் நாட்டிலே ஒரு பாகத்தைக் கைப்பற்றிக் குடியேற்றப் பிரதேசமாக வைத்துக்கொள்வார்கள். அதை ஆதாரமாக வைத்துக்கொண்டு, ஜப்பானிய

ராஜ்ய முழுவதையும் தங்களுக்குக் கீழ்ப்படுத்தி விடுவார்கள்.

இதன் உண்மை தெரிய வேண்டுமானால், இந்தியாவின் சரித்திரத்தைப் படித்துப் பாருங்கள்.

நிதேஷங்கள்

1. அன்னியர்கள் உங்கள் நாட்டில் வந்து நிலம் கிரயத்துக்கு வாங்கவேனும், ஒற்றி அல்லது குத்தகைக்கு வாங்கவேனும் இடங் கொடுக்க லாகாது.

2. உங்கள் நாட்டுச் சுரங்க வேலைகளை அன்னிய முதலாளிகள் வந்து நடத்தச் சிறிதேனும் அனுமதி செய்யலாகாது. அப்படி அனுமதி செய்தால் அன்னிய முதலாளிகளுக்கும் ஜப்பானிய கவர்ன்மெண்டாருக்கும் அப்பிராய பேதங்கள் ஏற்படும். ஐரோப்பிய, அமெரிக்கராஜாங்கத்தார்கள் தங்களைச் சேர்ந்த வியாபாரிகள் சொல்வதை நம்புவார்களே யல்லாமல், நீங்கள் சொல்வதை ஒருபோதும் நம்பமாட்டார்கள்; மனஸ்தாபங்கள் ஏற்படும்.

3. கரையோரமான வியாபாரங்களை அன்னியர் கைவசம் கொடுக்கலாகாது.

4. அன்னியர்களுடன் விவாக சம்பந்தம் கூடவே கூடாது. ஏனென்றால், மனிதர்களுக்குள்ளேனும், மிருகங்களுக்குள்ளேனும் மிகவும் வேற்றுமை யுடைய இரண்டு வகுப்புகளில் சம்பந்த முண்டாகுமானால், சந்ததி அவ் விரண்டு வகுப்பு களைக் காட்டிலும் இழிவானதாக ஏற்படுகின்றது.

   இவ் விஷய சம்பந்தமான ஆதாரங்களை நான் பல வருஷங்களாகப் படித்து வருகின்றேன். பலவிதமான ஆராய்ச்சிகளிலிருந்து நான் இந்த முடிவைக் கூறுகின்றேன். இந்தக் கடித மெழுது வதற்கு அரை மணிநேரத்துக்குமுன் இதற்கோர் ஆதாரம் கிடைத்தது. என்னுடன்கூட இப்பொழுது குதிரைகள், ஆடுமாடுகள் இவற்றின் வளர்ப்பைப் பற்றி மிகவும் தெரிந்தவராகிய ஒரு சினேகிதர் வாசஞ் செய்கிறார். அவர் ஆடுகளிலே மிகவும் பிரிவு பட்ட இரண்டு வகை சேருமாயின், குட்டி அவ் விரண்டினும் கெட்டதாகப் பிறப்பது நிச்சயமென்று

> அபிப்பிராயங் கொடுத்தார். மனிதர்களிலேயும் இப்படித்தான். இந்தியாவில் யூரேஷியர் என்ற கூட்டத்தாரையும், அமெரிக்காவிலுள்ள கலப்புச் சாதியார்களையும் பரிசோதனை செய்தால் நான் சொல்வதின் உண்மை விளங்கும். (இந்தியாவில் யூரேஷியர்கள், இந்தியரும் ஐரோப்பியரும் கலந்து பிறந்தவர்கள்.)

இந்த யூரேஷியர் மற்ற இரண்டு ஜாதியாரைக் காட்டிலும் கீழ்ப்படியிலிருக்கிறார்களென்று ஸ்பென்ஸர் சொல்லுகிறார். சரீர சாஸ்திரப்படி இதற்கு நியாயம் யாதெனில்; ஒவ்வொரு ஐந்து வகையும் பல தலைமுறைகளிலே தனது இடம், துணை, சூழ்பொருள்கள் முதலியவற்றுடன் தான் பொருந்தி வாழ்வதற்குரிய சில குண விசேஷங்களைப் பெற்று விடுகின்றது.

எனவே மிகப் பிரிவுபட்ட சூழல்களுக்கிடையே வாழ்ந்த இரண்டு மிகப் பிரிவுபட்ட ஐந்து வேற்றுமைகளைக்கொண்டு கலப்போமானால், சந்ததிக்கு இதன் குணங்களு மில்லாமல், அதன் குணங்களு மில்லாமல் அது யாதொரு இடம், துணை முதலியவற்றுக்கும் பொருந்தாத வினோத வேற்றுமையாகி, எளிதில் அழியக் கூடியதாக முடிகின்றது. ஆதலால் அன்னிய தேசத்தாருடன் விவாக சம்பந்தங்கள் ஒருபோதும் செய்து கொள்ளலாகாது.

இந்தியா, **5.6.1909, பக். 3, 4**

(கால வரிசைப்படுத்தப்பட்ட பாரதி படைப்புகள், தொகுதி 4, பக். 742–746)

17

ஜப்பானில் ஜாதி பேதம்

நான் ஜாதி பேதத்துக்கு நண்பனல்லேன். இந்தியர்க ளெல்லாரும் அல்லது ஹிந்துக்க ளெல்லாரும் ஒரே ஜாதியென்ற ஸாதாரண இங்கிலிஷ் படிப்பாளிகளின் கொள்கையை நான் அனுஸரிக்கவில்லை. உலகத்து மனிதர்கள் எல்லாரும் ஒரே ஜாதி – "வஸுதைவ குடும்பகம்" என்ற பர்த்ருஹரியின் கொள்கையைத் தழுவியுள்ளேன். மனித ஜாதியும் மற்ற ஐந்து ஸமூஹங்களும் ஒரே குடும்பமென்ற (d)டார்வின் என்னும் ஆங்கில சாஸ்த்ரியின் கருத்தைப் பின்பற்றுகிறேன். எல்லா ஜீவர்களும் கடவுளுடைய அம்சமென்ற பகவத் கீதையின் பரமோபதேசத்தைக் கடைப்பிடித்து நிற்கிறேன். ஒரு பிராமணனை, ஒரு ஆங்கிலேயனை, ஒரு ஆட்டைக் கொல்லுதல் அல்லது அடிப்பதால் எய்தும் பாவம் ஒரே மாதிரி; உபசரித்தல் அல்லது வணங்குவதால் எய்தும் புண்யமும் ஒரே தன்மை யுடையது; – இஃதென் உண்மையான, யான் ஒழுக்கப்படுத்தி வருகிற கொள்கை. எனிலும், ஜாதி பேதம் தொலையும் வரை நாம் ஸ்வராஜ்யம் புரியத் தகுதி பெற மாட்டோம் என்று சொல்வோருடைய பேச்சுக் காசு பெறாதென்பதை நான் உறுதியாகத் தெரிவிக்க விரும்புகிறேன். திருஷ்டாந்தமாக, ஸமீப காலத்தில் கிடைத்த டோக்யோத் தந்திகளினின்றும் அங்கு பரம நீதி ஸபை (ப்ரிவி கௌன்ஸில்) அக்ராஸனாபதியான யமகாடா பிரபு என்பவரும், வேறு பல அரமனை அதிகாரிகளும் ராஜிநாமா கொடுத்துவிட்டார்களென்று தெரிகிறது. இதன் காரணம் யாதென்றால், பூர்வ கால முதலாக ஐந்து

பழைய குடும்பங்களிலிருந்து மட்டுமே சக்ரவர்த்தி வம்சத்தார் பெண்ணெடுப்பது வழக்கமாக நடைபெற்று வந்திருக்க, இப்போது அந்த வழக்கத்துக்கு மாறாகப் பட்டத்திளவரசருக்கு அவ்வைந்து குடும்பங்களில் சேராத ஸேனாதிபதி கூனி இளவரசர் என்பவரின் மகள் இளவரசி நாகாகோ என்பவளை மணம் புரிய நிச்சயித்திருப்பதேயாம். ஜப்பானியப் பரம நீதி ஸபைத் தலைவர் எவ்விதமான ஜாதி பேதம் பாராட்டுகிறார் பார்த்தீர்களா! விவாக ஸம்பந்தமான இடையூறுகளை உத்தேசித்தே யுனைடெட் ஸ்டேட்ஸ் மக்களான நாகரிக சிகாமணிகள் தமது களவாண்ட தேசத்தில் ஜப்பானியர் அடியெடுத்து வைக்கக் கூடாதென்று கூக்குரல் போடுகிறார்கள். மற்றப்படி வெள்ளை ஜாதியார்களுக்குள்ளே இருக்கும் விவாகத் தடைகள் பல. ஜாதி பேதமாவது முக்யமாக; விவாகத் தடை இரண்டாம் பக்ஷம், ஸமபந்தி போஜனத் தடை. இவையிருத்தல் தவறு. ஆனால், இவை ஸ்வராஜ்ய ஸ்தாபனத்திற்கு விரோதமென்று கூறுவோர் பச்சை அறியாமையாலே அங்ஙனம் சொல்லுகிறார்கள்.

சுதேசமித்திரன், **15.3.1921, ப. 7**

குறிப்பு: “காலக் கண்ணாடி” என்னும் தலைப்பிலமைந்த கட்டுரையில் இடம்பெற்ற பகுதி இது.

18

ஜப்பான் தேசத்து திருஷ்டாந்தம்

ஜப்பானில் தீண்டாத வகுப்பினருட்படப் பலவித ஜாதி பேதங்களிருந்தன. எனிலும், காலஞ்சென்ற மிகாடோ சக்ரவர்த்தி நவீன உலகத்தின் அவஸரங்களைக் கருதி அங்கு ராஜாங்க விஷயங்களில் ஜாதி பேதங்களைக் கருதக் கூடாதென்று சட்டஞ் செய்தார். எத்தனையோ நூற்றாண்டுகளாக இயல்பெற்று வந்த பேதக் கொடுமைகள் அங்கு ராஜரீகத் துறையில் மட்டுமே யன்றி, ஸமூஹ வாழ்விலும் புலப்படாதபடி அதிசீக்கிரத்தில் மறைந்து போய்விட்டதாகத் தெரிவிக்கப்படுகிறது. இந்தியாவுக்கும் இதுதான் வழி. நாம் ஏற்கெனவே தெரிவித்தபடி ஸ்வராஜ்யம் கிடைத்தால் இந்த ஜாதி பேதத் தொல்லைகளை யெல்லாம் சட்டம் போட்டு நீக்கிவிடலாம். இப்போதுள்ள அதிகாரிகள் இவ்விதமான சட்டம் ஏற்படுத்துவார்களென்று எதிர்பார்ப்பதே தவறு. ஆதலால், இந்தியாவின் ஸமூஹ வாழ்க்கையில் ஸமத்வமேற்படுத்த விரும்புவோர் முதலாவது ராஜரீகத் துறையில் ஸமத்வமேற்படுத்த முயலும் "காங்க்ரஸ்" கக்ஷியாருடன் சேர்ந்து வேலை செய்ய வேண்டுமென்று கருதுகிறேன்.

சுதேசமித்திரன், 1.12.1920, ப. 7

குறிப்பு: "வெறும் வேடிக்கை" என்னும் தலைப்பிலமைந்த கட்டுரையில் இடம்பெற்ற பகுதி இது.

19

பொருட் சுதந்திரத்திற்கு ஜப்பானியர் படும் பாடு

வாணிபத்திலும், பொருளிலும் நம்மைப் போலப் பராதீனமான ஜாதி உலகத்திலே வேறில்லை. அப்படி யிருந்தும் நாம் சென்ற நூற்றாண்டு முழுமையும் நமது நிலைமையைக் கவனிக்காமல் உறங்கிக் கிடந்தோம். இப்போது கூட அரைக்கண்தான் விழித்திருக்கிறோம்.

நமது மன ஸ்திதியை ஜப்பானியரின் ஸ்திதியுடன் ஒப்பிட்டுப் பாருங்கள். இவ்வளவுக்கும் ஜப்பானியர்கள் நம்மைப்போல ஸகல விஷயங்களிலும் பராதீனமானவர்களல்லர். எனினும், இன்னும் அதிக சுதந்திரத் தன்மை (வியாபாராதி விஷயங்களில்) பெறவேண்டுமென்று ஸர்வ ஜாக்கிரதையுடன் உழைத்து வருகிறார்கள்.

“நெடுங் கிழக்கு” என்ற ஜப்பானியப் பத்திரிகை சிறிது காலத்திற்கு முன் பின்வருமாறு எழுதி யிருந்தது.

> “புழுதித் தூள்களைப் போதுமான அளவு குவித்தால் மலையாகிவிடும்” என்ற பழமொழி ஜப்பான் தெருக்களிலே ஓயாமல் அடிபடுகிறது. ஆனால், ஓரிரண்டு காசு கொடுத்து எழுதும் பென்ஸில் வாங்குவோரில் பலர் ஜப்பான் தேசத்திலிருந்து அன்னிய பென்ஸில்களுக்கு வருஷத்தில், 1,000,000

யென் செலவாகிற தென்பதை அறிகிறதில்லை. பெரிய பெரிய ஸர்க்கார் கச்சேரிகள் முதல் மலைக் கிராமங்களில் சிறு பாடசாலைகள் வரை ஒவ்வோரிடத்திலும் அன்னிய தேசப் பென்ஸில்களை உபயோகப்படுத்துகிறார்கள். ஜப்பான் எழுந்து விட்டதென்று சொல்லப்படும் இக் காலத்தில் இவ் விஷயம் மிக்க ஆச்சரியத்துக் கிடமா யிருக்கிறது."

இந்தியர்களே, கவனித்துக் கொள்ளுங்கள்.

இந்தியா, 24.4.1909, பக். 4, 5

(கால வரிசைப்படுத்தப்பட்ட பாரதி படைப்புகள், தொகுதி 4, பக். 628, 629)

20

மஞ்சள் விபத்து

மஞ்சள் நிறமுடையவர்களாகிய சீன – ஜப்பானிய தேசத்தார்கள் உலகத்திலே செல்வாக்கு மிகுந்துபோய் விடுவார்களானால், ஐரோப்பிய நாட்டினர்கள் இப்போது பூமண்டல முழுதிலும் ஏனென்று கேட்பாரில்லாமல் செலுத்திவரும் அதிகாரத்துக்குக் குறை நேரிடக் கூடுமென்று அஞ்சி, மேற்கூறப்பட்ட கிழக்குத் தேசத்தார்கள் அபிவிருத்தியடைந்து வருவதை ஐரோப்பியர்கள் "மஞ்சள் விபத்து" *(The Yellow Peril)* என்று பெயரிட்டழைத்து, அம் மஞ்சள் விபத்தைத் தடுப்பதற்குத் தம்மால் ஆன பிரயத்தனங்களெல்லாம் நடத்தி வருகிறார்கள்.

சீனா தேசத்தில் சில தினங்களின் முன்பு சக்கரவர்த்தியாகிய க்வாங் – ஹ்ஸூ என்பவரும், (அவருடைய பெரிய தாயாரும் சென்ற மூன்று தலைமுறையாகப் பெயருக்குச் சக்ரவர்த்திகளிருந்த போதிலும் உண்மையிலே ராஜ்யாதிகாரம் நடத்தி வந்தவளுமாகிய) ட்ஸே – ஹ்ஸீ என்ற தாய் ராணியும் ஒருவர் சனிக்கிழமையும், மற்றவர் ஞாயிற்றுக்கிழமையுமாக அடுத்தடுத்து இறந்து போய் விட்டார்கள்.

இந்தச் சம்பவத்தினின்றும், லண்டன் "டைம்ஸ்" பத்திரிகைக்கு "மஞ்சள் விபத்தை"ப் பற்றிய ஞாபகம் மிகவும் அதிகரித்துவிட்டது. ராஜ குடும்பத்தில் மேற்படி இருவர் இறந்ததற்கும் "மஞ்சள் விபத்து"ப் பயம் அதிகரிப்பதற்கும் என்ன சம்பந்தமென்பதை அறிய வேண்டுமானால்,

அதற்குப் பின்வரும் விவரங்கள் தெரிந்துகொள்ளுதல் பொருந்தும். இறந்துபோன க்வாங் ஹ்ஸூ சக்கரவர்த்திக்கு முன் பட்டத்துக்கு முந்திய (மூன்றாம்) பட்டத்திலே ஹ்ஸியென் – பெங் என்பவர் அரசாண்டு வந்தார். அந்த ஹ்ஸியென் – பெங் சக்கரவர்த்தியின் அந்தப்புரத்தில் காலஞ் சென்ற ட்ஸே – ஹ்ஸீ என்ற தாய் ராணி, ஐந்தாம் வகுப்பு ஆசை நாயகியாகச் சேர்த்துக் கொள்ளப்பட்டாள். (சீனா சக்கரவர்த்தியின் அந்தப்புரத்திலே வைப்பாட்டிகள் வகுப்பு வகுப்பாக இருப்பது மரபு) இந்த ட்ஸே – ஹ்ஸீ ராணிக்கு அப்போது யேஹோனாலா என்று பெயர். யேஹோனாலா அபூர்வமான ரூப லாவணியமுடையவள். சாகும்பொழுது இவருக்கு 68 வயதானபோதிலும் அப்போதுகூட 40 வயது ஸ்திரீயைப் போலவே தோன்றியதாகச் சொல்லப்படுகிறது.

இந்த ராணியை அந்தப்புரத்திலே போய்ப் பார்த்து வந்த ஓர் ஐரோப்பிய மாது “60 வயதிலேகூட ட்ஸே – ஹ்ஸீ ராணியின் குரல் பதினேழு வயதுக் குமரியின் குரலைப் போலிருக்கிறது” என்றெழுதி யிருக்கிறாள். இத்தனை சிறந்த லாவணியத்தோடு, கல்வித்திறமையும், அறிவு நுட்பமும் பொருந்தியவ ளாதலால், பாலியத்தில் இவள் நாயகனாகிய ஹ்ஸியென் – பெங் சக்ரவர்த்தி அந்தப்புரத்திலுள்ள மாதர்க ளெல்லோரிலும் இவள்மீது அதிக அன்பு செலுத்துவாராயினர்.

இவளுடைய அதிருஷ்ட வசத்தால் அப்போதிருந்த பட்ட மஹிஷிக்குக் குழந்தையில்லாமல் போயிற்று. இவளுக்கு ஓர் ஆண் குழந்தை பிறந்தது. எனவே சிறிது காலத்திற்குப் பிறகு இவளே பட்ட மஹிஷியாய்விட்டாள். அப்படியான பின்பும், முந்திய பட்ட மஹிஷியை இவள் மிக்க மதிப்புடனும், கவுரவத்துடனும் நடத்தி வந்தது, இவளுடைய லௌகிக ஞானத்திற்குச் சிறந்ததோர் அறிகுறியாகும்.

நாளடைவில் இவளுக்கு அரசன் மீதிருந்த செல்வாக்கு மிகவும் அதிகரித்துவிட்டது. எனவே பெயரளவில் தனது கணவன் அரசனா யிருந்த போதிலும், (இந்தியாவிலே நூர்ஜஹான் ராணி யிருந்ததுபோல்) உண்மையில், ராஜாங்கம் என்ற அசுவத்தின் கடிவாளம் இவள் கைவசமாய் விட்டது. சிறிது காலத்திற்குப் பிறகு இவளுடைய கணவன் இறந்து போய்விட்டார். சிறு குழந்தைப் பிராயத்திலிருந்த இவளுடைய மகனுக்குப் பட்டம் கட்டப்பட்டது. எனினும் இவளே பிரதிநிதியாக இருந்து அரசு செலுத்தி வந்தாள். இவள் மகனும் வெகு சீக்கிரத்தில் இறந்து போய்விட்டார். அப்போது இவள் தனது தங்கை குமாரனாகிய க்வாங் – ஹ்ஸூவை ஸ்வீகாரம் செய்து கொண்டாள். (க்வாங் – ஹ்ஸூ தான் சில தினங்களின் முன் காலஞ்சென்ற சக்ரவர்த்தி)

க்வாங் – ஹ்ஸூவுக்கு 18 வயதாய் அவர் பருவமடைந்த வுடனே ராஜ்யாதிகாரத்தில் ஓர் அமிசம் அவர் வசம் ஒப்புவிக்கப்பட்டது. ஆனால், க்வாங் – ஹ்ஸூ ஐரோப்பிய நாகரிகத்திலே பிரிய முடையவர். தாய் ராணியோ ஐரோப்பியர்களிடம் பரம விரோதம் பாராட்டி வந்தாள்.

க்வாங் – ஹ்ஸூ சீர்திருத்தக் கட்சியாரோடு சேர்ந்து திடீர் திடீரென்று புதிய கட்டளைகள் பிறப்பித்துப் புராதன முறைமைகளை முழுதும் மாறுபடுத்திவிட முயன்றார். இது அனேக ஜனங்களுக்குப் பிடிக்கவில்லை. சைநியமும் சக்ரவர்த்தி பக்கத்திலில்லை. அதன் பேரில், தாய் ராணி சைநிய பலத்துடன் அந்தச் சக்கரவர்த்தியை ஓர் அரண்மனைக்குள் அனேகமாகக் கைதி நிலையில் வைத்துவிட்டு ராஜ்யபார முழுதையும் தானே வகித்துக் கொண்டாள்.

நாளடைவில் ஜப்பானைப் பார்த்துச் சீனாவிலும் நவீன எண்ணங்கள் பரவத் தொடங்கின. ஓர் ராஜா அல்லது ராணியிருந்து ஸ்வேச்சா ராஜாங்கம் செய்வது தப்பு; ஜனப் பிரதிநிதிகளின் சங்கம் ஒன்றேற்பட்டு அச் சங்கத்தாரே ராஜ்ய நிர்வாகத்தில் முக்கிய பொறுப்பாளிகளாக இருக்க வேண்டு மென்ற விருப்பம் சீன ஜனங்களுக்குள்ளேயும் பரவுதல் பெற்றது.

லௌகிக ஞானத்திலே சிறந்தவளாகிய தாய் ராணி கால வரையிலே பழையன கழிதலையும் புதியன புகுதலையும் தடுக்க முடியாதென்பதை நன்றாகத் தெரிந்துகொண்டாள். விருத்தாப்பிய காலத்தில் இவளுக்கும் ராஜாங்க முறைமையில் சீர்திருத்தங்கள் செய்வது அவசியமென்று மனதில் பதிந்துவிட்டது. இவள் மரண சமயத்தில் பிரசுரம் செய்த ஓர் கட்டளையில், “ஒன்பது வருஷத்திற்கப்பால், பிரதிநிதியாட்சி ஸ்தாபிக்கப்பட வேண்டும். எனது வாழ்நாளிலே அந் நோக்கம் எனக்கிருந்தும் நிறைவேறவில்லை. என் மரணத்திற்குப் பிறகேனும் அது நிறைவேறினால்தான் வானத்திலிருக்கும் எனது ஆத்மாவிற்கு ஒருவாறு திருப்தி யுண்டாகும்” என்று சொல்லப்பட்டிருக்கிறது.

இப்போது புதிதாகச் சிங்காதனத்தில் வைக்கப்பட்டிருக்கும் பையனுக்குக் கொடுக்கப்பட்டிருக்கும் “ஸூவான் – டுங்” என்ற பட்டப் பெயரிலேகூடப் ‘பிரதிநிதியாட்சி’ என்ற தொனிக் குறிப்பிருப்பதாகத் தெரிவிக்கப்படுகின்றது. இந்தப் பையனுக்குத் தக்க பிராயம் வருமளவும், பிரதிநிதியாக அரசு செலுத்தும்படி நியமிக்கப்பட்டிருப்பவரும் சீர்திருத்த எண்ணங்களுடையவரென்று தெரிகின்றது.

இதுதான் “மஞ்சள் விபத்தை”ப் பற்றி லண்டன் “டைம்ஸ்” பத்திரிகைக்குப் புதிய அச்சம் தோன்றியிருப்பதற்கு முகாந்தரமாகும்.

காலஞ்சென்ற தாய் ராணி இருக்குமளவும், அவள் புராதன நடையுடையவ ளாதலால் தற்கால ராஜாங்கங்களுக்குச் சரியான போட்டியாகக்கூடிய நிலைமைக்குச் சீன தேசத்தை அவள் கொண்டுவர மாட்டாளென்ற எண்ணம் ஐரோப்பியர்களுக்கிருந்தது. அவளுடைய மரணகாலத்துச் சாஸனத்திலேகூடச் சீர்திருத்த விருப்பம் குறிப்பிடப்பட்டிருப்பது லண்டன் ‘டைம்ஸ்’ பத்திராதிபர் போன்றவர்களுக்கு உள்ளூர அதிருப்தியை யுண்டாக்கி யிருக்கின்றது.

இன்னுமொரு முக்கியமான விஷயம். தாய் ராணி, சக்ரவர்த்தி ஆகிய இருவரும் இறந்துபோனவுடனே ஏற்கெனவே சீர்குலைந்ததாக அன்னிய தேசத்தாரால் கருதப்பட்டு வந்ததாகிய சீன ராஜ சங்கத்தில் பல குழப்பங்கள் நேரிடுமென்று சிலர் எதிர்பார்த்திருந்தார்கள். அந்த எண்ணம் முற்றிலும் பயனற்றதாக முடிந்துவிட்டது. தாய் ராணியும், அரசரும் காலஞ்சென்றவுடனே யாதொரு குழப்பமுமில்லாமல் சுலபமாக அடுத்த அரசனுக்குப் பட்டம் சூட்டி எப்போதும் போலவே பயஹேது ஒன்று மில்லாமல் ராஜ்யசக்கரம் உருண்டு வருவதைக் காணுமிடத்து சீன ராஜாங்கத்தின் உள் நிலை இதுவரை சீர்கெட்டிருந்ததாக அன்னியர் கூறி வந்தது பெருத்த பொய் என்பது வெளியாகிறது.

எனவே இனி ஜப்பானைப் போலவே சீன தேசமும் நாளுக்கு நாள் அபிவிருத்தி பெற்றுச் செல்வத்திலும், வர்த்தகத்திலும் வெற்றிகளிலும், புகழோங்கி வளரக்கூடும். அப்படியாய்விடும் பக்ஷத்தில், ஆங்கிலேயர் முதலானவர்களுக்கு ஆசியா கண்டத்தில் இப்போதிருக்கும் அதர்மமான செல்வாக்குக் குறைந்துபோய் விடுமென்பதைக் குறிவைத்துக் கேட்க வேண்டுமா?

இதுதான் “மஞ்சள் விபத்து”. இதற்குத்தான் இப்போது முதலாகவே, லண்டன் “டைம்ஸ்” பத்திராதிபர் போன்றவர்கள் அச்சமடைந்து கொண்டு வருகிறார்கள்.

இந்தியா, **12.12.1908, ப. 3**

(கால வரிசைப்படுத்தப்பட்ட பாரதி படைப்புகள், தொகுதி 3, பக். 691–695)

21

பூகோள மஹாயுத்தம்

ஐரோப்பாவைப் பிடித்த சனி இன்னும் முற்றிலும் நீங்கியதாகத் தெரியவில்லை. சென்ற நான்கு நூற்றாண்டுகளில் ஐரோப்பா கல்வித் தேர்ச்சி, இயற்கையறிவு முதலியவற்றில் எவ்வளவோ மேன்மை யடைந்திருக்கிறது. ஆனால், அதை அக் கல்வி முதலியவற்றால் எய்தக் கூடிய முழு நலத்தையும் எய்தாதபடி தடுத்து, ஏறக்குறைய ஸ்மசான நிலைமையில் கொண்டு சேர்த்தது யாதெனில், அதன் ஓயாத போர் நினைவு! ஐரோப்பாவில் ஸதா ஏதேனுமோர் யுத்தம் நடந்து கொண்டிருக்கும் அல்லது விரைவில் ஒரு யுத்தம் வரப் போவதாகப் பேசிக் கொண்டிருப்பார்கள்.

அந்தக் கண்டத்தாரின் மனதிலிருந்து யுத்த பயம் முற்றிலும் நீங்கி யிருந்த ஒற்றை க்ஷணமேனும் பல நூற்றாண்டுகளாகக் கிடையாது.

இதனிடையே, சென்ற நான்கு நூற்றாண்டு களுக்கு முன்பு ஐரோப்பாவின் ஒரு பாகத்தி னுள்ளே ஒதுங்கி வாழ்ந்த வெள்ளை ஜாதியார்கள் இன்றைக்கு ஐரோப்பா முழுதையும், அமெரிக்கா கண்டம் முழுதையும், ஆஸ்த்ரேலியாவையும், ஆப்ரிகாவில் முக்காலேயரைக்காற் பங்கையும், ஆசியாவில் பாதிக்கு மேற்பகுதியையும் தமக்குக் கீழ்ப்படுத்திக் கொண்டுவிட்டார்கள்.

இங்ஙனம் இந்த நான்கு நூற்றாண்டு களுக்குள்ளே பல கண்டங்களை வெல்லும் சக்தி இவர்களுக் கேற்பட்டதன் காரணம் வெடி மருந்து,

துப்பாக்கி, பீரங்கிகள். இந்த ஆயுதங்கள் மற்றக் கண்டத்தாரின் வசப்படு முன்பு வெள்ளை ஜாதியாருக்கு வசப்பட்டன. அதனால் பூமண்டலம் அவர்களுடைய ஆதிக்கத்தின் கீழே வீழ்ந்தது.

ஆனால், இங்ஙனம் உலக முழுதையும் வென்று, அங்கெல்லாம் தங்களுடைய வியாபாரத்தையும் நிலைநிறுத்தி ஏராளமான செல்வங்கள் திரட்டி ஐரோப்பாவுக்குக் கொணர்ந்த ஐரோப்பியர் அந்தக் குவை குவையான திரவியங்களையும், அவர்களுக்கு "ஸயன்ஸ்" ஞானத்தால் இயற்கையின் மீது கிடைத்த புதிய சக்திகளையும் யுத்தத்தில் உபயோகப்படுத்துவதே முதற்கடமையாகக் கருதினர்.

திருஷ்டாந்தமாக, வான விமானம் பறக்கத் தொடங்கு வதற்கு முன்னாகவே ஐரோப்பியர் அதைப் போரில் உபயோகப் படுத்துவதெப்படி என்பதைக் குறித்து யோசனை செய்யத் தொடங்கிவிட்டார்கள்.

இந்த குணத்திலிருந்து கடைசிப் பயனாக விளைந்த ஐரோப்பிய மஹா யுத்தத்தினால் தாம் எய்திய கஷ்டங்களை உணர்ந்த பின்னராவது அவர்களுக்கு இந்த குணம் அடியோடு தொலைந்து விட்டதென்று நினைத்தோம். ஆனால் பிறவிக் குணத்துக்கு மட்டை வைத்துக் கட்டினால் போதுமா? இத்தனை கஷ்டத்துக்குப் பிறகும் இந்த குணம் அவர்களைக் கொஞ்சம் ஒட்டிக்கொண்டுதான் இருக்கிறது.

உள்நாட்டுக் குழப்பத்தை அடக்குவதற்கு வேறு நியாயமான வழி தெரியாமல், பிற நாடுகளுடன் போர் தொடுத்து, அதினின்றும் ஸ்வ ஜனங்கள் ஏராளமாக மடிந்து தொலைவார்களாதலால் அங்ஙனம் உள்நாட்டுக் கலகம் தானே சாந்தி பெற்று விடுமென்று எதிர்பார்த்துப் பிற தேசங்களோடு போர் தொடங்குதல் சக்தியுற்ற ராஜதந்திரிகளின் ஹீன மார்க்கங்களில் ஒன்று.

அதை முன்பு ருஷியா தேசத்துச் சக்ரவர்த்தி அனுஸரித்தார். அவர் அதனால் எய்திய முடிவைக் கண்டும் புத்தி தெளியாமல், இன்று வேறு சில ஐரோப்பிய தேசங்களின் ராஜதந்திரிகள் அந்த வழியை அனுஸரிக்க எண்ணுகிறார்களென்று நினைக்க பலமான ஹேதுக்கள் இருக்கின்றன.

ஆனால், இனி ஐரோப்பாவில் – அல்லது மேற்கு ஐரோப்பாவில் குறைந்த பக்ஷம் இன்னும் 30 வருஷங்களுக்கு ஜனங்கள் யுத்தத்தின் பெயரையே ஸ்மரிக்க மாட்டார்க ளென்பது திண்ணம். சூடு கண்ட பூனை அடுப்பங்கரையை அணுகாது.

எனிலும், ஐரோப்பிய தேசத்தார்களுக்குள்ளே ஏற்பட்டிருக்கும் விரோதங்களை மூடும் பொருட்டு ஐரோப்பா முழுதையும், அல்லது வெள்ளை ஜாதியார் அனைவரையும் ஆசியா, ஆபிரிகா ஜனங்களின் மீது போருக்கு விடலாமென்று சில மதி கேடர் யோசனை செய்கிறார்கள்!

லண்டன் "டைம்ஸ்" பத்திரிகை பொறுப்புத் தன்மை யுடையதாகத் தன்னை மிகவும் கணித்துக் கொள்ளுகிறது. இங்கிலாந்து தேசத்து மந்திரிகளைக் காட்டிலும் தனக்கு ப்ரிடிஷ் பரிபாலன விஷயத்தில் ஆயிரம் பங்கு அதிகப் பொறுப்புணர்ச்சி யிருப்பதாக நடிக்கிறது. அந்தப் பத்திரிகை (தனது 1921 – ஜனவரி 15ஆந் தேதிப் பதிப்பில்) மிஸ்டர் மக்ளூர் என்ற அமெரிக்கப் பத்திரிகாசிரிய ரொருவர் எழுதிய "மேற்குக்கும் கிழக்குக்கும் விரோதம்" என்ற வ்யாஸத்தை ப்ரசுரம் செய்திருப்பதுடன், அதைக் குறித்து ஒரு தலையங்கக் குறிப்பும் வரைந்திருக்கிறது.

அந்த வ்யாஸத்தின் கருத்து யாதெனில் எதிர்காலத்தில் ஸமீபத்திலே (ஏற்கெனவே நடந்த ஐரோப்பிய மஹாயுத்தத்தைக் காட்டிலும் பன்மடங்கு கொடிய) பூகோள மஹா யுத்தமொன்று நடக்கப்போகிறதென்பது. இந்த யுத்தம் வெள்ளை ஜாதியாருக்கும் இதர வர்ணத்தாருக்கு மிடையே நடக்குமாம். ஜப்பானியரையும் சீனரையும் அமெரிக்காவும் ஆஸ்த்ரேலியாவும் தம்முள்ளே பிரவேசிக்கக் கூடாதென்று தடுப்பதை உத்தேசித்து மஞ்சள் வர்ணத்தாருக்கும் வெள்ளை யருக்கும் சண்டை வருமாம்.ஜப்பானில் பூமி கொஞ்சம்; ஜனத்தொகை அதிகம். அதற்கு அதி சமீபத்தில் வடஅமெரிக்கா இருக்கிறது. அங்கு விஸ்தாரமான பூமிகளிருக்கின்றன. ஜனத்தொகை மிக சொற்பம். இன்னும் உழவின் கீழே கொணராத மிக வளமார்ந்த மைதானங்கள் ஆயிரக் கணக்கான மைல்களில் பரவிக் கிடக்கின்றன. கானடாவிலுள்ள நிலங்களை நன்றாக முழுமையும் பண்படுத்தினால் அதில் விளையக்கூடிய கோதுமை மனிதக் கூட்டத்தில் பாதிக்குப் போதிய உணவாகு மென்று கணக்கிடப்பட்டிருக்கிறது.

உலகத்திலுள்ள பூமியை யெல்லாம் இங்ஙனம் ஐரோப்பியர் சூழ்ந்து கொண்டு, நிலத்துக்குத் தவிக்கும் ஜனங்களைத் தம் சூழல்களுக்குள் ப்ரவேசிக்கக் கூடாதென்று தடுப்பதை ஜப்பான் ஆக்ஷேபிக்கிறது. வலியவன் பேச்சு இறுதியில் வெல்லுமென்ற ஐரோப்பியக் கொள்கையைச் சாதகமாக எண்ணி ஜப்பான் தன் சண்டைக் கப்பல்களை அதிகப்படுத்திக் கொண்டு வருகிறது. தன் பீரங்கிகளைப் பெருக்குகிறது. தன் படைகளை பலப்படுத்துகிறது.

இதைக் கண்டு அமெரிக்காவுக்கு நடுக்கமேற்பட்டிருக்கிறது. அமெரிக்காவுக்கு இங்கிலாந்து கழுத்து வரை கடன்பட்டிருக்கிறது. இங்கிலாந்துக்கும் ஜப்பானுக்கும் நட்புடம்பாடு செய்து கொள்ளப்பட்டிருக்கிறது. ஆனால், ஜப்பானுடன் சேர்ந்துகொண்டு இங்கிலாந்து அமெரிக்காவுடன் போர் செய்யாதென்று மிஸ்டர் மக்ளூர் ப்ரமாணம் பண்ணுகிறார். அதை லண்டன் "டைம்ஸ்" பத்திராதிபர் மனப்பூர்வமாக ஆமோதிக்கிறார்.

மேலும் தென் ஆசியாவிலும் ஆப்ரிகாவிலுமுள்ள ஜனங்கள் ஐரோப்பாவின் ஆட்சியைத் தள்ளிவிடப் போகிறார்களாம். அவர்களிடம் ஆயுதங்கள் இல்லையேயெனில், அவர்கள் அவற்றை மிக விரைவில் செய்து கொள்வார்களென்று மிஸ்டர் மக்ளூர் சொல்லுகிறார்.

இந்த யுத்தத்தில் சில ஐரோப்பிய தேசத்தார் ஆசியா கண்டத்தாரின் பக்கத்திலே சேர்ந்துகொள்ளக்கூடுமென்று மிஸ்டர் மக்ளூர் சொல்லுகிறார். எனவே, வெள்ளை ஜாதியாருக்குப் பெரிய ஆபத்து வரப்போகிறதென்று மிஸ்டர் மக்ளூர் பலமாக எச்சரிக்கிறார். ஆனால், ஆசியா இந்தியாவின் தலைமைக்குட்பட்டது. இந்தியா ஐரோப்பியரைக்கூடக் கொல்ல விரும்புவதில்லை. திருத்த விரும்புகிறது. எனவே, ஐரோப்பியர் இந்தப் புதிய பயத்திற்கிரையாதல் அவசியமில்லை. அது வெறும் பேதை யச்சம். ஆனால் நம்முடைய சொல் ஐரோப்பாவில் எட்டுவதைக் காட்டிலும் லண்டன் "டைம்ஸ்" பத்திரிகையின் சொல் அதிகமாகவும் விரைவாகவும் எட்டுமே? அதற்கென்ன செய்யலாம்?

சுதேசமித்திரன், 12.2.1921, ப. 7

22

கீழ்த்திசையில் ஸ்வதந்திரக் கிளர்ச்சி: அதற்கு நேரும் பீடைகள்

கீழ்த்திசை நாடுகளில் ஜனாதிகாரம், ஜன ஸ்வதந்திரம் என்பவற்றைப் பரப்புதற்குரிய ஞான அலை சென்ற வருஷங்களாக மேன்மேலும் மோதிச் செல்லுகின்றது. ஆனால், ஏற்றம் கண்டதில் இறக்கம் தோன்றுவது இயற்கையின் விதி. ஏறின அலை இறங்கும். மிகுந்த முயற்சிக்கப்பால் சிறிது நேரம் தளர்ச்சி . . . பிறகுதான் மறுபடியும் மும்முரமாக முயற்சி தொடங்கும்.

ஆனால், உலக சரித்திரப் பயிற்சியினால் நாம் ஒரு விஷயந் தெரிந்திருக்கிறோம். அது யாதெனில், பெரிய ஜன எழுச்சிகள் தோன்றி மேன்மேலும் வளர்ந்து செல்லும் மார்க்கத்தில் இறக்கக் காலங்கள் நீடித்தனவாக மாட்டா.

ஸ்வதந்திர சந்திரனுடைய கமனத்திலே சுக்ல பக்ஷங்கள் நீடித்தவை. கிருஷ்ண பக்ஷங்கள் சொற்ப காலமுடையனவாம். ஞான சூரியனுடைய கதியில் இரவுக் காலம் கிடையாது. கிரகண பீடைகள்தானுண்டு.

○

கீழ்த்திசையில் ஸ்வதந்திரக் கிளர்ச்சி சில வருஷங்களின் முன் உண்டாயிற்று. அதன் விளைவுகள் ஒன்றல்ல; இரண்டல்ல; பல.

பிரிடிஷார் முதலிய ஐரோப்பிய ஜாதியார் நினைத்த மட்டிலே நடுங்கும்படி அத்தனை வல்லமை கொண்டிருந்த ருஷியாவின் வல்லமையை மிகச் சிறிய நாடும், மேற்கு நாட்டாரால் கடுகென்று மதிக்கப்பட்டு வந்ததுமாகிய ஜப்பான் ஒரு க்ஷணத்திலே சிதறடித்துவிட்டது.

இரண்டாயிர வருஷமாக அபினியால் மயக்கப்பட்ட அறிவும், சலனமின்மையால் மழுக்கமடைந்த ஆத்மசக்தியுங் கொண்டு உறங்கிக் கிடந்த சீனா கண்ணைத் திறந்து, இனி அபின் வேண்டாமென்று கர்ஜனை செய்தது. ஆயிரக் கணக்கான பிள்ளைகளை ஐரோப்பாவிற்கும், ஜப்பானுக்கும், அமெரிக்காவுக்கும் புதிய கலைகளும், தொழில்களும் பயின்று வரும்படி சீனா அனுப்பிற்று. நாடெல்லாம் பாடசாலைகளை விருத்தி செய்தது. பத்திரிகைகள் பரவின. ஜன ஆட்சி ஒன்பது வருஷங்களுக்குப் பின் ஏற்பட வேண்டுமென்று, காலஞ்சென்ற சீனராணி (ஆரம்பத்தில் ஜனாபிவிருத்திக்கு நேர் விரோதமா யிருந்தவள்) சாகும்போது நியமனம் செய்து விட்டுச் செத்தாள்.

❍

இந்தியா – வேதோபநிஷத்துக்களை மறந்து, குக்கிராமங்களுக் கெல்லாம் புராணங்கள் கட்டிப் படனஞ் செய்யத் தொடங்கிய இந்தியா – பிரதாப் ஸிம்ஹனையும் சிவாஜியையும் மறந்து மேத்தாவையும் கிருஷ்ணசாமி அய்யரையும் ராஜரீக விஷயங்களில் வழிகாட்டிகளாகக் கொள்ளத் தொடங்கிய இந்தியா – செல்வமிழந்த இந்தியா – பிரிவுபட்டு ஆயிரந் துண்டாய்க் கிடந்த இந்தியா – அறிவும் ஆண்மையும் பெருமை யும் ஸகல நற்குணங்களும் இழந்து நின்ற இந்தியா – திடீரென்று ஸ்வதந்திரத் தொனி எழுப்புவதாயிற்று. ஒரு நிமிஷம். காட்டுத்தீயைப் போல நாடு முற்றிலும் ஞானத்தீப் பற்றி விட்டது.

பெங்காளம் "வந்தே மாதரம்" என முழங்கிற்று. இமயமலைக் குகைளினின்றும், கன்யாகுமரி அலைகளினின்றும், "வந்தே மாதரம்" என்று எதிரொலிகள் பிறந்தன.

நாட்டிலெங்கும் ஸ்வதந்திர தாகம் உண்டாயிற்று. நமது கைத் தளைகளும் கால் தளைகளும் படீர் படீரென்று அறுந்து விழுவதாயின. அறிவிலே தெளிவுண்டாயிற்று. தோளிலே பலமுண்டாயிற்று. மனதிலே ஆண்மை பிறந்தது.

❍

பாரஸீகம் – துருப்படர்ந்து போயிருந்த பாரஸீகம் – பாசி பிடித்த பாரஸீகம் – ஜன ஆட்சிக்கு யுத்தம் செய்யலாயிற்று.

ஐரோப்பியரெல்லாம் கொடுங்கோன்மைக்கும் பலஹீனத் திற்கும் திருஷ்டாந்தமாகச் சொல்லி வந்த துருக்கி – ஜாலவித்தை போல அரை க்ஷணத்திலே பார்லிமென்ட் ஸ்தாபனம் செய்தது. இவை யெல்லாம் கீழ்த்திசைக் கிளர்ச்சியின் விளைவுகள்.

❍

தற்காலத்திலே, சிறிது இறக்கமுண்டா யிருக்கிறது. ஜப்பானியர் பொருளாசை கொண்டு கொரியாவின் சுதந்திரத்தை நாசமாக்குகிறார்கள். இந்தியாவின் ஸ்வதந்திர எழுச்சியினிடம் சிறிதேனும் அனுதாபம் பாராட்டம லிருக்கிறார்கள். பாரஸீகம் கலக முற்றி ஒரு பயனுமில்லாமல் ருஷியா, இங்கிலாந்து என்னுமிரண்டு திமிங்கிலங்களின் வாயில் வீழ்ந்து விடும் போலிருக்கிறது. துருக்கியில் பார்லிமென்ட் ஸ்தாபனம் செய்த பாலத் துருக்கிகளின் கட்சிக்கு எதிரிகள் பலராய் விட்டார்கள்.

இந்தியாவில் தேசாபிமானிகள் பயந்து கலங்கி நிற்கிறார்கள். ஜனங்கள் திகைப்பி லிருக்கிறார்கள். இதுவே கீழ்த்திசை ஸ்வதந்திர சூரியனைப் பற்றியிருக்கும் கிரகண பீடைக்கு அடையாளங்கள். இந்தக் கிரகணம் சீக்கிரம் விலகிப் போய்விடு மென்பதில் ஆக்ஷேபமில்லை. இதற்கு உலக சரித்திரம் சாக்ஷி. ஆனால் இந்தக் கிரகணம் எத்தனை நாள் நிற்குமோ என்பது தான் தெரியவில்லை. ஸ்வதந்திர சூரியனுடைய கிரணங்களைக் கண்கள் பரவசத்துடன் திரும்ப எப்போது பார்க்குமோ என்ற கவலை க்ஷணநேரங்கூட நீங்காமல் நெஞ்சைப் பற்றி யிருக்கின்றது. எல்லாவற்றிற்கும் தர்மத்தைத் துணையாக நம்பியிருக்கிறோம்.

இந்தியா, 1.5.1909, ப. 2

(கால வரிசைப்படுத்தப்பட்ட பாரதி படைப்புகள், தொகுதி 4, பக். 633–635)

23

Asia's Re-awakening and India's Duty

ஏஷியாவின் விழிப்பும் இந்தியாவின் கடமையும்

சூரியன் கிழக்குத்திசையிலே உதிக்கிறான். அவனது இளமையின் சவுந்தரியங்களை யெல்லாம் கிழக்குத் திசையே அனுபவிக்கின்றது. எனினும் நெடுங் காலத்திற்குப் பின் அவன் மேற்குத் திசையை அடைந்து சிறிது நேரம் இருந்து உடனே மறைந்துவிடுகிறான். மேற்கே அவன் மறைவு காட்டுவதன் முன்பு சிறிது போது ஒருவிதமான ஒளி பரவுகின்றது. ஆனால், அது உதய சூரியனுடைய ஒளிக்குச் சமானமாக மாட்டாது. மாலைப் பிரகாசத்தினது மாதிரியே ஒருவாறு சூரியனுடைய மறைவைக் குறிப்பிட்டு நிற்கின்றது என்ற போதிலும், மாலையில் சிறிது நேரம் கீழ்த்திசை மங்கி யிருப்பதைக் கண்டு இகழ்ச்சியாக நினைக்கும் மூடர்களு மிருக்கிறார்கள். எப்படி யிருந்த போதிலும், கீழ்த்திசை உதய திசை தான். மேல்திசை அஸ்தமன திசைதான்.

நாள்தோறும் நடக்கும் ஷை சம்பவத்தைப் போலவே, கல்பாந்தரங்களிலும் மாறுபாடுகள் உண்டாவது ஆச்சரியத்துக்கு இடமாயிருக்கின்றது. நாகரிகமும், ஞானமும், கீர்த்தியும், பெருமையும் கிழக்குத் திசையிலே (ஆசியா கண்டத்திலே)

தான் உதயமாயின. இங்கேதான் மிகச் சிறப்புடன் விளங்கின. பிறகு மாலைப்பொழுது வந்தது. சிறிது நேரம் எல்லாம் மங்கிப் போய்விட்டது. ஆசியாவின் புகழ் மறைந்தது. ஆசியா கண்டத்தார் அநாகரிகத்திலே அழுந்தத் தொடங்கினார்கள். ஆசியாவின் சிரோரத்தினமாக விளங்கிய இந்தியா பராதீன மடைந்து போயிற்று. சீனா உறங்கிவிட்டது. அரபியா, பலஸ்தீன முதலிய புண்ணிய பூமிகளெல்லாம் சோர்ந்து கிடந்தன. மேற்குத் திசைக்காரர்களெல்லாம் கிழக்குத் திசையார் எப்போதும் சோம்பேறிகளென்றும், நாகரிக ஒளி பார்த்திராத குருடர்க ளென்றும் பேசி அற்ப சந்தோஷமடைந்து கொண்டிருந்தார்கள்.

உதயம்

இப்போது மறுபடியும் நாகரிகமும், கீர்த்தியும், வீரத் தன்மையும், பெருமையும் ஆசியாவிலே பிறந்துவிட்டன. முழு உதயமாய் விட்டது.

(1) ஜப்பான் முதலிலே கண்விழித்து எழுந்து நின்று கொண்டு "ஹ ஹ ஹா!" என்று வீரச்சிரிப்பு சிரிக்கத் தொடங்கிற்று. அது எப்போதும் உறங்கிக் கிடக்கும் என்றெண்ணிய மேல் திசையோரெல்லாம் மூக்கின்மேல் கைவைத்து நின்று கொண்டிருக்கிறார்கள்.

(2) சீனா கண் விழிக்கிறது. அதன் நல்ல முயற்சிகளைப் பற்றி மற்றோரிடத்தில் விவரமாக எழுதியிருக்கிறோம். சீனா சக்ரவர்த்தி மட்டிலுமே யன்றி, மஹா முரண்டுத்தனங் கொண்டிருந்த தாய் ராணிகூட இப்போது சீர்திருத்தங் களில் மிகுந்த சிரத்தை கொள்ளத் தொடங்கி விட்டாள்.

A Simile
ஓர் உவமை

சீனா பெரிய ராக்ஷதன். ஆனால், துர்க்குணமுள்ள ராக்ஷதனன்று. விபீஷணன் முதலியவர்களைப் போல, நற்குணமுள்ள ராக்ஷதன். எனினும் ஒரு விஷயத்தில் அதை கும்பகர்ணனுக்குச் சமானமாகச் சொல்லலாம். உறங்கும்போது அதை எழுப்புவது மிகவும் கஷ்டம். லாஹிரி வஸ்துக்களையும் மாமிசாதிகளையும் தின்றுவிட்டு மெய்மறந்து போய்த் தூங்கும். கிள்ளினால் எழுந்திராது. மேலே தண்ணீரைக் கொட்டினால் எழுந்திராது. அடித்தால் எழுந்திராது. காதடியில் பறை கொட்டினாலும் எழுந்திராது. மிதித்தாலும் எழுந்திராது. ஆனால், கடைசியாக கும்பகர்ணனை மிகவும் இமிசை புரிந்து எழுப்பினது போல இதையும் மிகவும் தொந்தரை செய்து யாரேனும்

எழுப்பி விடுவார்களானால், பிறகு உலகமெல்லாம் நடுநடுங்க வேண்டியதைத் தவிர வேறு யோசனை யில்லை. ஆரம்பத்தில் சீன ஜப்பானிய யுத்தத்தின்போது ஜப்பான் சீனாவைக் கிள்ளியும், அடித்தும் பலவிதமாக இலேசாய் இமிசைகள் செய்தது. அதற்கெல்லாம் சீன கும்பகர்ணன் எழுந்திருக்க வில்லை. பிறகு ஐரோப்பிய ராஜாங்கத்தார்களெல்லாம் வந்து சீனாவை எதிர்த்து அநீதிகள் செய்த காலத்தில் சிறிது கண்ணைத் திறந்தது. அப்பால் ருஷிய ஜப்பானியப் போரின்போது ஜப்பானிய குண்டுகள் காதில் பட்டவுடனே நன்றாக விழித்து உட்கார்ந்து கொண்டுவிட்டது.

(3) ஸயாம், கொரியா என்ற தேசத்தார்களும் வருஷந் தோறும் பல மாணாக்கர்களை அன்னிய நாடுகளுக்கு அனுப்பி "ஸயன்ஸ்" நுட்பங்களும், கைத்தொழில் நுட்பங்களும், நவீன நாகரிகமும் பயின்று வருகிறார்கள்.

(4) காம்போடியா தேசத்து ஸிஸோவர்ட் ராஜாகூட ஐரோப்பிற்கு யாத்திரை புரியப் புறப்பட்டுவிட்டார்.

(5) மத்திய ஆசியாவிலே ஆப்கானிஸ்தானம் வெகு தீவிரமான அபிவிருத்திகள் அடைந்து வருகிறது. சேனைத் திறமையையும், ஆயுதங்களையும் சீர்திருத்திக் கொள்வது மட்டுமன்றி, கைத்தொழில், வர்த்தகம் நூற்பயிற்சி முதலிய வற்றிலும் விசேஷ அபிவிருத்திகள் ஏற்பட்டு வருகின்றன. தொழிற்சாலைகள் ஸ்தாபனம் செய்வதிலும், பாடசாலைகள் வைப்பதிலும் பத்திரிகைகள் ஏற்படுத்துவதிலும் ஆப்கன் அமீர் மிகவும் சிரத்தையாக இருக்கிறார்.

(6) பெர்ஷியா (பாரஸீகம்)வின் நாகரிக முதிர்ச்சியைப் பற்றி முன்னமே பிரஸ்தாபம் செய்திருக்கிறோம். பெர்ஷிய சக்ரவர்த்தி தமது நாட்டில் பிரதிநிதியாட்சி கொடுத்துவிட்டார் என்ற ஆச்சரியகரமான சமாசாரத்தை நேயர்களெல்லாம் நன்கு அறிவார்கள்.

இனி, இந்தியா?

கீழ்த்திசைக்கெல்லாம் ஓர் மாணிக்கம் போன்றதாகிய [இந்தியா] நாள்தோறும் அற்புதமான மாறுபாடுகளை அடைந்து வருகின்றது. நாம் இந்த நாட்டிலே இருப்பதனால் இந்த மாறுபாடுகளின் பெருமையை அறிய மாட்டாதவர்களாக இருக்கிறோம். அது நல்லது தான். நாம் இப்போது திருப்தி யடைந்து கொள்ள வேண்டியதில்லை. திருப்தி கொள்வதற்குப் பின்னால் எவ்வளவோ சாவகாசமிருக்கிறது. மேல்நாடுகளுக்கு

மட்டிலுமன்றி, ஜப்பான், சீனா முதலிய தேசங்களுக்கும் நம்மவர்களில் நூற்றுக்கணக்கான மனிதர்கள் போக வேண்டும். வாலிபர்கள் மட்டிலும் போவதில் உபயோகமில்லை. முதியோர்களும் செல்ல வேண்டும். அந்நாடுகள் அபிவிருத்திக்கு என்ன உபாயங்கள் தேடுகின்றன வென்பதை நேரே கற்றறிந்து வரவேண்டும். பிறகு ஒவ்வொருவனும் தெய்வ சாக்ஷியாகத் தாய்ப் பூமியின் பொருட்டுத் தன்னால் இயன்ற அளவு நன்மை புரிய வேண்டும். இவையெல்லாம் விரைவில் நடக்கும் என்பதற்குப் போதுமான அத்தாக்ஷிகள் காணப்படுகின்றன.

இந்தியா, 8.9.1906, பக். 4, 5

24

ஜப்பானுடைய ஆவி:
தாகூர் சொற்பொழிவு
(பாரதியின் மொழிபெயர்ப்பு)

பழைய வழக்கங்களாகிய சுவர்களை ஒரே யிரவில் இடித்துத்தள்ளி, ஜப்பான் வெற்றிக்கோலம் பூண்டுநிற்பதை ஒருநாட் காலையில் எழுந்த வுடன் உலகமுழுதும் பார்த்து வியப்பெய்திற்று. இம்மாறுதல் நம்பமுடியாதபடி அத்தனை விரைவில் நடந்தது; உடுப்பு மாற்றுவதுபோல் இருந்ததேயன்றி, ஒரு புதிய கட்டிடத்தை மெதுவாக எழுப்புவது போலில்லை. முதிர்ச்சி யால் விளையும் தன்னம்பிக்கையின் பலத்தை யும், புதிய உயிருக்கியல்பாகிய புதுமையையும், எல்லையற்ற ஸாத்யத் தன்மைகளையும் ஜப்பான் ஏக காலத்திலே காண்பித்தாள். அப்போது சிலர்: "இது சரித்திரத்திலே ஒரு விநோதம்; காலதேவதையின் குழந்தை விளையாட்டு; சவர்க்காரத்தில் உண்டாகும் குமிழியைப் போலே, கோளத்திலும் வர்ணத்திலும் குறைவில்லை; ஆனால் உள்ளே ஓட்டை. ஸத்தில்லாதது" என்றெண்ணி பயந்தார்கள். ஆனால் ஜப்பானோ, தன் எதிர்பாராத சக்திப்பிரகாசம் சில நாள் விந்தையன்று, காலத்தில் யதிர்ச்சையாக விளைந்த விளைவன்று; ஆழ்ந்த இருளினின்றும் வீசுண்டு மறுக்ஷணம் சூன்யக்கடலில் மோதப்படும் ஓர் பொய்ப்பொருளன்று என்பதை முடிவாக நிரூபணம் செய்துவிட்டாள்.

உண்மை யாதெனில், ஜப்பான் ஏககாலத்தில் புதியவளும் பழையவளுமாகினாள். அவளுக்குக் கிழக்கு (ஆசியா கண்டத்துப்) பயிற்சி முன்னோரிடமிருந்து கிடைத்தது; அப்பயிற்சி எப்படிப்பட்டது? மெய்யான செல்வமும் வலிமையும் வேண்டினால், நோக்கத்தைத் தன்னுள்ளே செலுத்த வேண்டுமென்று கற்பித்த பயிற்சி; ஆபத்து வரும்போது புலனிழந்து போகாமல் காக்கும் பயிற்சி; மரணத்தை இகழ வேண்டுமென்ற பயிற்சி; உடன்வாழும் மனிதருக்கு நாம் எண்ணற்ற கடமைகள் செலுத்த வேண்டுமென்ற பயிற்சி; பின்ன வஸ்துக்களில் அகண்ட வஸ்துவைப் பாரென்று காட்டிய பயிற்சி; மேலும் இவ்வுலகம் உயிருடைய தென்றும், இதனுள்ளே ஒரு ஆத்மா ததும்புகிறதென்றும், இது வெறுமே யதிர்ச்சை யென்னும் பெரிய பேயினாலோ அல்லது காரணமாத்ரமாக எங்கோ தொலையெட்டிய வானமொன்றில் மறைந்து கிடக்கும் தேவனாலோ செய்து விடப்பட்ட யந்திரமில்லை யென்றும் விளக்கிய பயிற்சி! அநாதியாகிய கிழக்குத் திசையில் ஜப்பான் மலர்ந்தாள்; தாமரைப் பூவொன்று தான் பிறந்த ஆழத்தில் பலமான பிடிப்பு வைத்துக்கொண்டு எளிய விலாஸத்துடன் மலர்வது போலே மலர்ந்தாள்.

பழைய கிழக்கின் (ஆசியா கண்டத்தின்) குழந்தையாகிய ஜப்பான் அச்சமின்றிப் புதிய காலத்தில் பேறுகளையெல்லாம் தனக்கு வேண்டுமென்று கேட்டாள். சோம்பேறிகளின் மனதில் திரளும் குப்பைகளும், பூட்டுத் திறவுகோல்களினால் அபாயத்தை விலக்க நினைப்பனவும் ஆகிய வழக்கச்சிறைகளை உடைத்து வெளியேறித் தனது தைரியத்தைக் காண்பித்தாள். இங்ஙனம் அவள் உயிருடைய காலத்துடன் ஸ்பர்சமடைந்தாள். ஆச்சர்யத்துக்கிடமான ஆவலும் தகுதியுமுடையவளாய் நவீன நாகரீகத்தின் பொறுப்புகளை மேற்கொண்டாள்.

இதிலிருந்து ஆசியாவின் மற்றப் பகுதிகளெல்லாம்: "நமக்குள் உயிரும் பலமும் உள, மேல் தோடுதான் செத்தது. அதை நீக்கி விடுவோம்" என்றெண்ணி தைரியத்தை அடைந்தன. இளமை தருகின்ற கால வெள்ளத்தின் ஓட்டத்தில் நாம் நிர்வாணமாக முழுகி எழ வேண்டும். செத்ததை அடைக்கலம் புகுதல் சாதலேயாம். உயிரில் என்ன அபாயம் நேரினும் அஞ்சாது மேற்கொள்வதே உயிர்த்தல். இஃதெல்லாம் ஜப்பான் கற்றுக்கொடுத்த பாடம்.

மேலும் நமக்கு ஜப்பான் படிப்பித்த தென்னவென்றால், நாசமாகாமல் பிழைக்க வேண்டுமானால் கால சக்திக்குக் – காலமாகிய காவற்காரனுக்கு – சரியான உத்தரம் சொல்ல

வேண்டும். நமது காலத்தின் ஸங்கேத மொழியை நாம் அறிந்து கொள்ள வேண்டும்.

ஜப்பான் ஆசியா கண்ட முழுதும் தனது சொல்லை விடுத்தாள்; எப்படி யென்றால், நமது பழைய விதைக்குள் உயிர் இருக்கிறது. அந்த விதையை நவீன காலமாகிய புதிய தரையில் நட வேண்டியதைத் தவிர வேறொன்றும் வேலையில்லை.

ஜப்பான் மேற்கு தேசத்தாரைப் போலே வெறும் புறநடிப்பு – அபிநயம் காட்டி இந்தப் பதவி யடைந்துவிட்டதாகச் சிலர் சொல்வதை நான் ஒருபோதும் நம்பமாட்டேன். உயிரை அபிநயிக்க முடியாது. வலிமையை நெடுநாள் பொய் நடிப்புக் காட்ட இயலாது. வெறும் அபிநயம் பலஹீனத்துக்கு மூலாதாரம். நம்முடைய எலும்புக்கூட்டை மற்றொருவனுடைய தோலினால் போர்த்துக்கொள்வது போலாம். அதனால் ஒவ்வொரு நிமிஷமும் தோலுக்கும் எலும்புக்கும் தீராத சண்டையாகவே இருக்கும். எனக்கு ஜப்பானுடன் நெருங்கிப் பழகி அவளியல்பு யாது, அவளுடைய பலம் எதிலே யிருக்கிறது, அவளுக்கு விபத்துக்கள் எவையென்பதை யெல்லாம் நானாக நிச்சயப்படுத்திக்கொள்ள ஸந்தர்ப்பம் வாய்க்கவில்லை. நானும் கிழக்கைச் சேர்ந்தவனாகையாலே, அவளுடைய தற்கால விவகாரங்களையும், அவற்றை அவள் தீர்க்கும் வழிகளையும் நான் மிகவும் ஆவலுடன் கவனிக்க வேண்டியவனாகிறேன். இந்தப் பெரிய கிழக்கு ஜாதி நவீன காலத்தினிடம் பெற்ற ஸௌகர்யங்களையும், பொறுப்புகளையும் என்ன செய்யப்போகிறா ளென்பதைப் பார்க்கும் பொருட்டாக உலக முழுதும் காத்திருக்கிறது. வெறுமே மேற்கை (ஐரோப்பாவை) அபிநயிப்பாளானால், அவளைக் குறித்து நாம் எதிர்பார்த்ததெல்லாம் வீணாகிவிடும்.

மேற்கு நாகரிகம் பல ஸங்கடமான விவகாரங்களை உலகத்தின் முன்னே காட்டிற்று; ஆனால் அவற்றைத் தீர்ப்புப் பண்ணும் நெறி காட்டவில்லை. ஆளுக்கும் அரசுக்கும் போராட்டம்; தொழிலாளிக்கும் முதலாளிக்கும் சண்டை; ஆணுக்கும் பெண்ணுக்கும் யுத்தம்; லௌகிக லாபத்துக்கும் ஆத்ம லாபத்துக்கும் யுத்தம்; ஜாதிகளின் கூட்டஹங்காரத்துக்கும், மானுஷீக பரம தர்மங்களுக்கும் யுத்தம்; அங்ஙனமே, வர்த்தகம், அரசு எனுமிவற்றின் பிரமாண்டமான கூட்டங்களிலே ஸஹஜமாக விளையக்கூடிய குரூபமான சிக்கல்களுக்கும், அழகையும், பரிபூரண சாந்தியையும் விரும்புகிற மனுஷ்ய ஸ்வபாவத்திற்கும் யுத்தம்; – இத்தனை குழப்பங்களுக்கு ஸமாதானம் கண்டுபிடிக்க வேண்டும். இதுவரை கனவிலே காணாத ஒரு புது யுக்தி பண்ணி கண்டுபிடிக்க வேண்டும்.

இந்த நாகரீகமான நதி பல வாய்க்கால்கள் வழியே தன்னுள் வந்து சேரும் குப்பை கூளங்களால் அடைப்புண்டு போவது கண்டோம். மானுஷீகத்தில் தனக்கு மிகுந்த அன்புண்டென்று தற்புகழ்ச்சி பேசியும் அது மனிதனுக்குப் பரம சத்ருவாக மூண்டது கண்டோம். முற்காலத்தில் காடுகளிலே சுற்றிய அநாகரிகக் கூட்டத்தார் திடீர் திடீர் என்று கலகம் விளைவித்த இயல்பைக் காட்டிலும் இது மிகவும் கொடிது. இந்த நாகரிகம் மிகவும் ஸ்வதந்த்ராபிமானம் இருப்பதாக டம்பம் பேசுகிறதே யொழிய, நடையில் முற்காலங்களில் வழங்கியவற்றைக் காட்டிலும் கொடுமையான அடிமைத் தன்மைகளை இது மனுஷ்ய ஸங்கத்தில் புகுத்திருப்பது கண்டோம். நவீன அடிமைத்தனத்தின் விலங்குகளை உடைத்த லரிது. காரணம் – இவை கண்ணுக்குப் புலப்படவில்லை; அல்லது விடுதலையின் வேஷத்தையும் பெயர்களையும் புனைந்து கொள்ளுகின்றன. இந்த நாகரிகத்தின் அஸுர லோபத்தினால், மனிதன் தன்னைப் பெருமைப்படுத்திய வீர தர்மங்களில் நம்பிக்கை யிழப்பது கண்டோம்.

ஆதலால், ஜப்பானியராகிய நீங்கள் இலேசாக இந்த நவீன நாகரிகத்தை இதன் இச்சைகள், வழிகள், ஸங்கேதங்களுடன் அங்கீகாரம் செய்து, இவை இன்றியமையாதன என்று வீணெண்ணம் கொள்ளலாகாது. கிழக்குப் புத்தியை உபயோகப்படுத்துங்கள்; ஆத்ம சக்தியை, டம்பமின்மையில் விருப்பத்தை, அயலாருக்குதவ வேண்டுமென்ற நம்பிக்கையை, உபயோகப்படுத்திக் கிறீச்சுக் கிறீச்சென்று கத்திக்கொண்டு போகும் மனுஷ்ய அபிவிருத்தி யென்ற தேருக்குப் புதிய பாதை யொன்று கண்டுபிடியுங்கள். ஒவ்வோரசைப்பிலும் அத்தேர் கேட்கும் அபரிமிதமான ஜீவ பலியையும் ஸ்வதந்த்ர பலியையும் இயன்ற வரை சுருக்கப்படுத்துங்கள். பல தலைமுறைகளாக நீங்கள் உங்கள் தேசத்துக்குரிய தனி வழியிலே உணர்ந்தும், எண்ணியும், தொழில் செய்தும், இன்புற்றும், தொழுதும் வந்திருக்கிறீர்கள். இதையெல்லாம் பழங்கந்தை போலே கழற்றி யெறிதல் இயலாது. இந்த வழி உங்கள் ரக்தத்தில் கலந்திருக்கிறது. உங்கள் எலும்பின் மஜ்ஜைக்குள், தசைக்குள், மூளை நிணத்துக்குள் கலந்திருக்கிறது. நீங்கள் கைவைப்பதி லெல்லாம் அது தொழில் செய்ய வரும். உங்களுக்குத் தெரியாமலே வரும்; உங்களிச்சையை மீறியும் வரும்.

முற்காலத்தில் நீங்கள் மானுஷீக விவகாரங்களை உங்களுக்குத் திருப்தியாகவே தீர்த்துக் கொண்டீர்கள். உயிரைப் பற்றிய உங்களறிவு, வாழ்விற்கு நீங்கள் கண்ட தனி வழி, இவற்றையெல்லாம் இக்கால நிலைமையிலே செலுத்திப்

பாருங்கள். அதிலிருந்து சிருஷ்டி தோன்றும். அந்த ஸ்ருஷ்டி வெறும் அபிநயமன்று. அதை உங்கள் ஜாதியின் ஆத்மா தனதென்று கொண்டு, உலக க்ஷேமத்துக்கும் அதனையே தனது காணிக்கையாக இறுமாப்புடன் செலுத்தும். மேற்கே யிருந்து சேகரித்த பொருள்களை உங்களுடைய சொந்த அறிவுக்கும் அவசியத்துக்கும் தக்கபடி உபயோகித்துக்கொள்ளும் உரிமை ஆசியா கண்ட முழுதிலும் ஜப்பானிய ஜாதியொன்றுக்கு மாத்திரந்தா னிருக்கிறது. அதிருஷ்ட வசத்தால், உங்களுக்கு அன்னியரின் தொல்லை கிடையாது. ஆனால் அதற்குத் தக்கபடி உங்களுக்குப் பொறுப்பதிகமாகிறது. மனுஷ்ய ஸபையின் முன்னே ஐரோப்பா கொண்டு வந்திருக்கும் கேள்விகளுக்கு ஆசியா உங்கள் வாக்கு மூலமாகவே உத்தரங் கொடுக்க வேண்டும். நவீன நாகரிகத்தின் சில தோற்றங்களை மாற்றி; அது யந்திரம் போல செத்துக் கிடக்குமிடத்தில் உயிரைப் பொழிந்து; நிஷ் கருணையான அவசிய விதியி னிடத்தே மனுஷ்ய ஹிருதயத்தைப் போட்டு; இன்னிசையும், உயிருமுள்ள வளர்ச்சியையும், உண்மையையும், அழகையும் மேலாக எண்ணி; கேவலம் கார்ய லாபத்தையும், வலிமையையும் தாழ்வாக நினைத்து; இங்ஙனம் ஆசியா நடத்திப் பார்க்கும் சில புதிய சோதனைகள் உங்கள் நாட்டிலே நடத்தப்படும்.

பழய காலத்தில் ஆசியாவின் கீழ்ப்பகுதி முழுதும், பர்மாவிலிருந்து ஜப்பான் வரை, எல்லாம் இந்தியாவுடன் நெருங்கின ஸ்நேஹத் தளையில் கட்டுப்பட்டிருந்தது. ஜாதிகள் பரஸ்பரம் ஸஹஜமாகக் கொள்ளத் தகுந்த தளை அதுவேயாம். நமக்குள் ஜீவ மயமான உள்ளத் தொடர்பிருந்தது. ஒரே நாடி வலையுண்டு. அதன் வழியே மனுஷ்ய ஜாதியின் முக்யமான அவஸரங்களைப் பற்றிய சிந்தனைகள் நமக்குள்ளே பரவின. நாம் பரஸ்பரம் பயந்து நடுங்கிக் கொண்டிருக்கவில்லை. பரஸ்பரம் அடக்கி வைக்கும் பொருட்டாக ஆயுதங்கள் தரிக்கவில்லை. சுயலாபத்தை வேண்டிப் பரஸ்பரம் சட்டைப் பையில் கை போட்டுத் திருடும் சம்பந்தம் நாம் கொண்டிருக்கவில்லை. ஆதர்சங்களையும், சிந்தனைகளையும் பண்டமாறிக் கொண்டோம். பரம வாத்ஸல்யத்தின் தான ப்ரதிதானங்கள் செய்துகொண்டோம். பரஸ்பரம் நமது ஹிருதய ஒற்றுமை பாஷா பேதங்களால் தடைப்படவில்லை. ஜாதி கர்வம், உடம்பிலோ மதியிலோ நாம் வலியோமென்ற செருக்கு, நமது தொடர்பைக் கெடுக்கவில்லை.

கலைகளும் ஸாஹித்யங்களும் புதிய தழைகளும் மலர்களுங் காட்டின; ஹ்ருதய ஒற்றுமை என்ற ஸூர்யனுடைய செய்கையால் அங்ஙனம் காட்டின. நாட்டிலும் பாஷையிலும்

சரித்திரத்திலும் வேறுபட்ட பல ஜாதியாராயினும் நாம் ஒருங்கே மனுஷ்ய ஜாதியின் பரம ஐக்யத்தையும், அன்பின் ஆழ்ந்த பந்தத்தையும் அங்கீகரித்தோம். சாந்தியும், தர்மசிந்தையுமுடையதாய், மனிதர் பரமார்த்தங்களின் பொருட்டுக் காட்டில் கூடிய அந்தக் காலத்தில் உங்கள் ஜாதி அமரத்தைலம் கூட்டி வைத்தது. அது கொண்டே உங்கள் ஜாதி புதிய யுகத்தில் மறுபடி பிறக்கவும், புதிய இளைய உடல் தரிக்கவும், உலகம் பார்த்தனவற்றுள்ளே பெரு வியப்பாகிய பெரும் புரட்சியின் இடிப்பிலே காயம்படாமல் பிழைக்கவும் ஹேது உண்டாயிற்று.

பழையதைப் புதிதாகவும், பலமற்றதை பலமுடையதாகவும், அவமானத்தை மாட்சியுடைய வெற்றியாகவும் மாற்ற வேண்டுமானால், அதற்கு மனிதனிடத்தில் மறைந்து நிற்கும் தேவசக்திதான் வந்து தீர வேண்டுமென்பதை நம்பாதிருத்தல் சிரமம். அந்த தேவசக்தியானது உங்கள் நாட்டிலே, இந்த அற்ப லோப நாட்களில் பிறக்கவில்லை. கீச்சிடும் யந்திரங்களும், அஸுரத்தனமான அஹங்காரமும், ராஜ்ய தந்திரிகளின் பொய் முழக்கங்களும், செழிப்படைந்த கபடமும் தலையெடுத்திருக்கும் இந்த நாட்களில் அது பிறக்கவில்லை. வீர ஆண்மையின் உதய காலத்தில், வானம் மண்ணை நெருங்கி வந்த காலத்தில், மனிதன் தனதாத்மாவிலும், ஜகத்தை ப்ரகாசப்படுத்திய பரமாத்மாவினிடத்திலும் நம்பிக்கை கொண்டிருந்த புராதன காலத்தில், அது பிறந்தது.

இந்த நாட்டில் என் மனதிலே அதிகமாகப் பதிந்த விஷயம் யாதென்றால், நீங்கள் இயற்கையின் மர்மங்களைப் பகுப்பு நெறியால் அறியாமல் அனுதாபத்தாலே தெரிந்தீர்களென்ற நம்பிக்கை. இயற்கைத் தேவியின் கோடுகளிலுள்ள பாஷையையும், வர்ணங்களிலுள்ள ஸங்கீதத்தையும், கோணல்களிலுள்ள ஒழுங்கையும், விடுதலை யுள்ள அசைவுகளிலே இன்னிசையையும் நீங்கள் கண்டீர்கள். அவள் தன் அபரிமிதமான வஸ்துக் கூட்டங்களை யாதொரு முட்டுதலுமின்றி நடத்திச் செல்லுகிறாள். அவளுடைய படைப்புக்களில் சண்டைகள் கூடக் கூத்தும் பாட்டும் போலே கிளைக்கின்றன. அவளுடைய கிளர்ச்சியிலே கேவலம் பகட்டு மிகுதியன்று, தன்னை மறந்த ஸம்பூர்ணத்வம் காணப்படுகிறது.

இயற்கையானவள் தனது ஸௌந்தர்ய ரூபங்களில் சக்தி சேர்த்து வைத்திருக்கிறாள். இந்த அழகுதான் அவள் மார்பின் மீது கிடக்கும் பெரிய சக்திகளைத் தாய் போலே போஷிக்கிறது. வேகத்திலும், சாந்தியிலும் அவற்றைக் காப்பாற்றுகிறது. பரிபூர்ண ஸௌந்தர்யத்தின் ஸங்கீதத்தினால் பிரகிருதியின் சக்திகள் தம்மைத் தாமே அழிவின்றிக் காத்துக் கொள்ளுகின்றன.

அவள் தனது கோணல் வரிகளின் மென்மையால், பூமியின் தசைகளிலுள்ள ஆயாஸத்தை நீக்கிவிடுகிறாள். இந்த விஷயங்களையெல்லாம் நீங்கள் அறிந்து கொண்டீர்கள். இந்த மர்மங்களை வாழ்க்கையிலே கலந்துகொண்டீர்களென்றும், எல்லாவற்றிலும் தோன்றும் அழகு உங்கள் மதிக்குள்ளே பாய்ந்து விட்டதென்றும் உணர்கிறேன்.

வஸ்துக்களைப் பற்றிய புற அறிவு விரைவிலே வந்துவிடும். அகத்தைக் காண்பதே பல நூற்றாண்டு பழகித் தன்னைக் கட்டிய பின்பு கைகூடும் விஷயம். புறத்தே நின்று இயற்கையை ஆளுதல் மிகவும் எளிது. அன்பின் கனியிலே அவளைத் தனதாக்கிக்கொள்ளுதல் அரிது. அதுவே உண்மையான மேதையின் தொழில். உங்கள் ஜாதி அந்த மேதையைப் பயிற்சியாலே காட்டவில்லை; படைக்குந் திறனாலே காட்டிற்று. புறக்கோலத்தாலன்று, ஆத்ம பிரகாசத்தால். இந்த ஸ்ருஷ்டி சக்தி எல்லா ஜாதிகளிலும் உண்டு. இதன் தொழில் மனிதரின் குணங்களைக் கவர்ந்து, தன் ஆதர்சங்களுக்குத் தக்கபடி அவற்றை உருமாற்றுதலாம். ஆனால் இங்கே அந்த சக்தி பலிதமாய்விட்டது. இங்கு, ஜப்பானில், அது எல்லா மனிதரின் மனதிலும் அழுந்திவிட்டதாகத் தோன்றுகிறது. தசை, நாடிகளில் ஊறிவிட்டதாகப் புலப்படுகிறது. உங்கள் மன உணர்ச்சிகள் உண்மையாயின. புலன்கள் தீக்ஷணமாயின. கைகள் இயற்கைத் திறமை பெற்றன. ஐரோப்பாவின் மேதையால் அங்குள்ள ஜனங்களுக்குக் கூட்டஞ் சேர்க்கிற சக்தி ஏற்பட்டது. அந்த சக்தியை ராஜ்ய நீதியிலும், வியாபாரத்திலும், பௌதிக சாஸ்த்ர ஞானத்தை ஒருமுகப்படுத்துவதிலும் உபயோகிக்கிறார்கள். ஜப்பானுடைய மேதையோவென்றால் உங்களுக்கு ஸௌந்தர்ய தர்சனத்தையும், அதை வாழ்க்கையில் நிரூபணம் செய்யும் திறமையையும் கொடுத்தது. இதனால் நீங்கள் வேண்டிய போது கூட்டஞ் சேர்க்கிற திறமை தன்னாலே வந்துவிட்டது. ஏனெனில் அழகின் இசை அந்தராத்மாவில் உள்ளது. அதன் புற உடல் ஸங்க – ஸ்தாபன சக்தி.

ஒவ்வொரு நாகரிகமும் ஒவ்வொரு விதமான மனுஷ்ய அனுபவத்தின் மொழிபெயர்ப்பு. உலகத்திலுள்ள வஸ்துக்களின் சண்டைப் பகுதியை மாத்திரம் ஐரோப்பா அழுத்தமாகத் தெரிந்து கொண்டிருப்பதாகத் தோன்றுகிறது. அந்தப் போராட்டத்தை வெற்றியினாலேதான் வசப்படுத்த முடியும். ஆதலால், அவள் (ஐரோப்பா) எப்போதும் போர் செய்ய ஆயத்தமாகவே யிருக்கிறாள். அவளுடைய கவனத்தில் பெரும் பகுதி ஸைந்யங்கள் சேர்ப்பதிலே செலவாகிறது. ஆனால் ஜப்பான் தனது லோகத்தில் ஒரு தேவ ஸந்நிதியின்

ஸ்பர்சத்தை உணர்ந்தாள். ஆதலால் அவளுடைய ஆத்மாவில் பக்தி யாராதனம் எழுந்தது. அவள் இயற்கையை வென்றதாகச் செருக்குரை சொல்லவில்லை. அளவில்லாத ஜாக்ரதையுடனும், மகிழ்ச்சியுடனும் இயற்கைக்கு ப்ரேமாஞ்சலி செலுத்துகிறாள். அவளுக்கும் உலகத்துக்கும் உள்ள தொடர்பு ஆழ்ந்த உள்ளத் தொடர்பு. இந்த அன்பாகிய உயிர்த் தளையை அவள் தனது குன்றுகளுடனும், கடல், ஆறுகள், பல விதமான புஷ்ப விஹாரங்களும், கிளைக் காட்சிகளுமுடைய வனங்களுடனும் ஏற்படுத்திக் கொண்டாள். காடுகளின் பெருமூச்சையும், கிசுகிசுப்பையும், ஹ்ருதயத்தில் வாங்கிக்கொண்டாள். அங்ஙனமே, அலைகளின் விம்முதல்களையும், ஸூர்ய, சந்திரரின் ஒளி, நிழல்களின் ஸகலகலா பேதங்களையும் கற்றுணர்ந்தாள். சோலைகளிலும், உபவனங்களிலும், வயல்களிலும் ருதுக்களின் வரவைக் காணும் பொருட்டுக் களிப்புடன் கடைகளைச் சார்த்தினாள். உலகத்தின் ஆத்மாவுக்கு இங்ஙனம் நெஞ்சு திறத்தல் உங்களிலே சில செல்வர் மாத்திரம் செய்யவில்லை. இது புறத்து நாகரிக மொன்றின் பலாத்காரத்தால் ஏற்பட்டதன்று. ஜகத்தின் ஹ்ருதயத்திலே ஒரு புருஷனைக் காண்பதாகிய ஆத்மாநுபூதி உங்கள் நாகரிகத்திலும் வடிவு கொண்டது. மனிதரை யெல்லாம் பந்துக்களாக நினைப்பது உங்கள் நாகரிகம். ஆதலால் உங்களில் அரசுக்குச் செலுத்த வேண்டிய கடமை தந்தைக்குச் செலுத்த வேண்டிய கடமை போலாயிற்று. உங்கள் ஜாதி ஒரு குடும்பமாயிற்று. சக்ரவர்த்தி அதற்குத் தலை. பிறரை அடித்தல், தம்மைக் காத்தல் என்ற இரண்டு நோக்கங்களுக்காக உண்டான ஆயுதக் கூட்டுறவினின்றும் உங்கள் ஜாதி யொற்றுமை பிறந்ததன்று. பிற நாடுகளின்மீது படையெடுத்துக் கொள்ளைத் தொழிலின் லாப நஷ்டங்களைப் பங்கிட்டுக் கொள்ளும் கூட்டுறவிலே பிறந்ததன்று. யாதேனுமொரு பலாபேக்ஷை யினால் அவசியமாகும் ஸங்கத்தில் தோன்றியதன்று. ஆனால் குடும்பத்தின் விஸ்தாரம்; ஹ்ருதய விஸ்தாரம்; விசாலமான க்ஷேத்ரத்தில், நீண்ட காலத்தில் இயல்வதான விஸ்தாரம்.

இது பற்றியே இப்போது ஜப்பானிய நாகரிகத்தை பயமுறுத்தும் மாறுதலை நான் எனது சரீரத்துக்கு நேரும் பயம் போலே அஞ்சுகிறேன். ஏன்? கார்ய லாபத்தையே பொதுத் தளையாகவுடைய நவீன காலத்தில் வேறுபாடுகள், மௌன ஸௌந்தர்யத்துக்கும் மறைந்த சக்திகளுக்கும் எதிரே பரிதபிக்கும்படியாகத் திறந்து கிடக்கும் கோலத்தை ஜப்பானில் காண்பது போல் இத்தனை தெளிவாகப் பிற இடங்களிலே காண்பதரிது.

ஸங்க பலமுடைய குரூபம் மனத்தைத் தாக்கி வசப்படுத்தித் தன் கன மாத்ரத்தாலே வெற்றி யடையுமாயின்

அதுவே அபாயம். அதன் இடைவிடாத அடிகளினாலும், ஹ்ருதயத்தின் ஆழ்ந்த ராகங்களை அது கண்டு நகைப்பதாலும் அதனை யேறவிட்டால் அபாயமுண்டாம். அது கடூரமாகவும் பலாத்காரமாகவும் வந்து நமது கண்முன்னே நிற்பதால் அதைக்கண்டு நம் புலன்கள் மயங்குகின்றன. குரூபத்தினாலே சக்தியுடையதாகத் தோன்றும் மரப் பொம்மைக்குக் காட்டு மனுஷ்யன் பூஜைகள் செய்வது போலே நாம் அதற்கு பலிகள் கொடுக்கிறோம். ஆதலால் அடக்கமும், ஆழமும் உயிரின் நுட்பமான மென்மையுமுடைய வஸ்துக்களுடன் அது போட்டிக்கு வரும்போது பயமுண்டாகிறது.

உங்கள் ஜாதியின் ஆதர்சங்களில் அன்பில்லாத பலர் உங்களிலே உள்ளார். அவர்களுக்கு நோக்கம் வளர்ச்சியன்று; லாபம். அவர்கள் ஜப்பானை நாங்களே நவீனமாக்கினோ மென்று தற்புகழ்ச்சி செய்து கூவுகிறார்கள். ஒரு ஜாதியின் ஆவிக்கும் காலத்தின் சக்திக்கும் இசை தவறக் கூடாதென்பதை நானும் ஒப்புக்கொள்ளுகிறேன். ஆனால் நவீனத் தனத்துக்கும் நவீனத்துக்கும் பேதமுண்டு; கவிராயத்தனத்துக்கும் கவித்வத்துக்கும் பேதமிருப்பது போலே இதை மறக்கக்கூடாது. இந்த நடிப்பு வெறும் கேலி தவிர வேறொன்றுமில்லை. இது மூலத்தைவிட அதிக இரைச்சல்; மூலத்தின் பொருளைக் கருதாமல் எழுத்தைக் கருதுவது. உண்மையான நவீன போத முடையோர் நவீனத்தனம் பண்ணுதல் அவசியமில்லை யென்பது ஞாபகமிருக்க வேண்டும். தீரர் தைரியம் பேச மாட்டார். நவீனத்வம் ஐரோப்பியரின் உடையிலே இல்லை. அவர்களுடைய குழந்தைகள் பாடம் படிக்கும்போது, அடைத்து வைக்கும் குரூபமான கட்டிடங்களில் இல்லை. தட்டையான நேர் வரிச் சுவர்களுடையனவும், ஸம தூர வரிகளில் உள்ள ஜன்னல் வரிசைகளை உடையனவுமான அந்த மனிதர் அடைபட்டுக் கிடக்கும் சதுர வீடுகளில் இல்லை. மேலும், அவர்களுடைய பெண் மக்கள் தலையிலே நானாவிதமான கூளங்களைச் சுமத்திய தொப்பிகளிலும் நவீனத்வம் இல்லை யென்று நிச்சயமாகக் கூறலாம். இவை நவீனமல்ல; கேவலம் ஐரோப்பியம். உண்மையான நவீனமாவது சித்த விடுதலை. ருசி பேதங்களுக் கடிமைப்படுவதன்று. அறிவிலும், தொழிலிலும் விடுதலை; ஐரோப்பிய வாத்திகளின் கீழே பள்ளிப் பிள்ளைத்தனமன்று. நவீனமாவது ஸயன்ஸ் (சாஸ்த்ரம்); அதை வாழ்க்கையிலே தவறாகப் ப்ரயோகித்தலன்று. சாஸ்த்ரத்தை ஒரு மூட பக்தியாக்கி, அஸங்கதமாக அதன் உதவியை எல்லா அஸாத்யங்களுக்கும் நாடுகிற நமது ஸயன்ஸ் வாத்தியார்களைப் பின்பற்றுதல் நவீனமன்று.

நவீனத் தற்காப்புக் கருவிகளை ஸம்பாதிப்பதில் ஜப்பான் அஜாக்ரதையாக இருக்கவேண்டுமென்று நான் க்ஷணமேனும் கூறவில்லை. ஆனால் ஆத்ம – ஸம்ரக்ஷணை யளவுக்கு மிஞ்சி அக்கருவிகளை வேண்டலாகாது. உண்மையான சக்தி ஆயுதங்களில் இல்லை. அவற்றைக் கையாளும் மனிதனிடம் உள்ளதென்பதை அறிய வேண்டும். மனிதன் பலத்தை வேண்டி, ஆத்மாவுக்குத் தீங்கு நேருமளவு ஆயுதங்களை வளர்த்தால், அவற்றாலே அவனுடைய பகைவருக்கு நேரும் ஆபத்தைக் காட்டிலும், அவனுக்கே அதிக ஆபத்தாகிறது.

உயிருடைய வஸ்துக்களை காயப்படுத்துதல் எளிது. ஆதலால், அவற்றுக்கு ஸம்ரக்ஷணை வேண்டும். இயற்கையிலே உயிர் தன்னைத் தனது சொந்த வஸ்துக்களாலே செய்த போர்வைகளால் காக்கிறது. அது பற்றியே அவை உயிரின் வளர்ச்சியுடன் இசை பொருந்துகின்றன. இல்லாவிட்டால் காலம் வரும்போது அவை உடைந்துபோகும். எளிதிலே மறைந்துபோகும். உயிருள்ள மனிதனுக்கு உண்மையான கவசம் அவனுடைய ஆத்ம ஆதர்சங்களேயாம். அவை அவனுடன் ஜீவ ஸம்பந்தமுடையன. அவன் வளர்ச்சியுடனே வளர்வன. துரதிர்ஷ்ட வசத்தால் அவன் தனக்குச் சில ஸமயங்களில் உருக்கினால் செய்த, செத்த, யந்த்ரதுல்யமான கவசங்களையும் உபயோகிக்க நேரிடுகிறது. அப்போது அவற்றின் கொடுமையிலிருந்து தன்னைக் காப்பதில் ஜாக்ரதையாக இருக்கவேண்டும். அவன் பலஹீனனாய், போர்வைக்குத் தக்கபடி உடம்பைக் குறுக்கிக்கொண்டு போனால், நாளடையில் ஆத்மா சுருங்கித் தற்கொலையாக முடியும். அந்த தற்கொலையின் வழியை மேற்கு ஜாதியார் அனுசரிப்போராகித் தாங்கள் அதிகாரத்திலிருக்கவும், பிறரை அடக்கிவைக்கவுங் கருதித் தமது மனுஷ்யத்தன்மையை ஸங்கங்களின் பெரிய பாரத்தின் கீழே அழுத்தி மூச்சைப்பிடித்துக் கொள்ளுகிறார்களென்பதை ஜப்பான் தன் மனதில் உரக்கக் கூறிக்கொள்ள வேண்டும். தர்மவிதியிலே உறுதியான நம்பிக்கை செலுத்த வேண்டும். ஆதலால், நவீன ஜப்பானில் அதிகரித்துவரும், மேற்குத்திசையாரை அனுகரணம் (அபிநயம்) செய்வதாகிய, பழக்கம் இவளுடைய பலத்துக்கும், ஸ்திரத்தன்மைக்கும் அவசியமென்று நான் நினைக்க இடமில்லை. அது இவளுடைய உண்மையியல்புக்குப் பெருஞ்சுமையாய், பலக் குறைவை உண்டாக்குகிறது. காலமாக ஆக இந்த பலஹீனம் மிகுதிப்படும். நவீன ஜப்பானியர் பால்யதசை முதலாகக் கற்றுக்கொள்ளுகிற மேற்குத்திசையின் ஆசாரங்கள், அன்ய நாகரீகத்தின் வழக்கங்கள், கடைசியாக ஒரு நாள் ஜப்பான் தனது சொந்த இயல்பை மறக்கும்படி செய்துவிடும். அப்போது ஜப்பான்

மக்கள் தமது பூர்வ காலத்தை மறந்துவிடுவர். தமது புராதன சரித்திரமாகிய குன்றத்திலிருந்து பாய்ந்து வரும் நதியைத் தாமே தடைகளாய் நின்று அடைத்துப்போடுவார்கள். அப்போது அவளுடைய நாகரிகத்தை ஸௌந்தர்யத்தின் செழிப்பினாலும், பலச் செழிப்பாலும் மிக வளம்பெறச் செய்த ஜீவ நீர் எதிர்காலத்துக்கில்லாமல் போகும்.

இதைக்காட்டிலும் ஜப்பானுக்குப் பெரியதொரு விபத்து யாதெனில், மேற்கின் புறக்கோலங்களை அபிநயிக்கும் செய்கை மாத்திரமன்று; மேற்குத்திசை நாகரிகத்தின் உள்ளிருந்து நடத்தும் சக்தியையே தனதாக அங்கீகரித்தல். அவளுடைய ஜன ஆதர்சங்கள் ஏற்கெனவே, ராஜ்ய விவகாரங்களின் முன்னே தோற்குங் குறிகளைக் காட்டுகின்றன. மனிதர் விளையாட்டில் ஜெயிக்கும் பொருட்டாக மனிதர் ஆத்மாவைப் பணயமென்று வைக்கும் ராஜ்யச்சூதில் அவளுடைய நவீன விருப்பம் சாய்ந்து வருகிறது. “தகுதிமிக்கதன் உயிர் மிஞ்சும்” என்ற ஸயன்ஸ் வாக்யத்தை அவள் தனது வாயில்மீது பெரிய எழுத்தில் எழுதி வைத்திருக்கக் காண்கிறேன். அந்த வாக்யத்தின் உள்ளர்த்தம் யாதெனில்: ‘உன் லாபத்தையே தேடு. அதனால் மற்றவர்களுக்கு எவ்வளவு நஷ்ட முண்டானாலும் கவனிக்காதே.’ இது குருடனுடைய மந்திரம். அவன் கண் தெரியாதபடியால் கையால் தீண்டக்கூடியதை மாத்திரந்தான் நம்புவான். ஆனால் மனிதரை இயற்கை மிகவும் நெருக்கமாகப் பின்னியிருப்பதால், நீ பிறரை அடித்தால் அந்த அடி உன்மீது தவறாமல் திரும்பி விழுமென்பதைக் கண்ணுடையோர் அறிவார். மனிதன் கண்டுபிடித்த உண்மைகளிலே மிகப்பெரியது தர்மவிதி. அது யாதெனில் எவ்வளவு மனிதன் பிறருக்குள்ளே தன்னைக் காண்கிறானோ அவ்வளவு உண்மைநிலை யடைகிறானென்ற ஆச்சர்யமான ஸத்யத்தைக் கண்டுபிடித்த செயலேயாம். இதற்கு உள்ளத்திலே விளையும் பயன் மாத்திரமே யன்றி, நமது வாழ்வில் ஒவ்வொரு சாகையிலும் நற்பயனுண்டாகிறது. தார்மிகக் குருட்டுத்தனத்தை எந்த ஜாதியார் தேசபக்தி மதமென்று யத்தனத்தாலே பயிற்சி செய்கிறார்களோ, அவர்கள் திடீரென்று பலாத்கார மரணத்தையடைவார்கள். முற்காலத்தில் தேசங்களை அன்யர் படையேறி வருதல் உண்டு. குரூரரும், ரக்தச்சேதமும் இருக்கத்தான் செய்தன. பொறாமை, லோபங்களால் சூழ்ச்சிகள் செய்வதுமுண்டு. ஆனால் அவை ஜனங்களின் ஆத்மாவை ஆழத் தீண்டின அல்ல. ஏனெனில் பொது ஜனங்கள் இந்தக் கேளிகளில் நேரே கலந்தது கிடையாது. சிலருடைய பேராசைகளினாலே தான் அவை உண்டாயின. இந்தத் துணிசெயல்களின் நீச, பாதகப் பகுதிகளிலே பொதுஜனங்கள் உத்தரவாத மில்லாமல், இவற்றிலுண்டாகும் வீர, மானுஷீகப் பயிற்சிகளின் லாபத்தை

மாத்திரம் பெற்றனர். அதனால் பொது ஜனங்களுக்கு விளைந்த நன்மைகள் எவையெனில்: ஆபத்துக்குப் பின்வாங்காத விசுவாசமும், மானக் கடமைகளில் ஒருமனப்பட்ட பக்தியும், சரணாகதியிலே நிறைவும், மரணத்தையும் விபத்துக்களையும் பயமின்றி அங்கீகாரம் செய்யும் திறனுமென்க. ஆதலால் அரசரும் ஸேனாபதிகளும் அனுஸரித்த முறைகளினின்றும், ஜனங்களின் ஹ்ருதயத்தில் ஆஸனமிட்டு விளங்கிய ஆதர்சங்கள் பிரமாதமான மாறுதலுக் குட்படவில்லை. ஆனால் மேற்கு நாகரிகத்தின் குணம் பரவி வருகிற இக்காலத்தில் எல்லா வகையாலும் விரோதங்களையும் ஆசைகளையும் வளர்க்கும்படி ஜனமுழுதும் பால்ய முதலாகவே பயிற்சி பெறுகிறது. சரித்திரத்தில் பாதி யுண்மைகளையும் பொய்களையும் ஸ்ருஷ்டி செய்வதனாலும், இதர ஜாதியாரை எப்போதும் இடைவிடாமல் பழித்து அவர்களிடம் விரோத எண்ணங்களை வளரச் செய்வதனாலும், பெரும்பகுதி பொய்யும் மனிதப் பொதுநலத்தைக் கருதி விரைவில் மறக்கத்தக்கனவுமாகிய ஸம்பவங்களுக்கு ஞாபகச் சின்னங்கள் கட்டி நிறுத்துவதாலும், இங்ஙனம் ஒவ்வொரு ஜாதியும் தன்னைத் தவிர மற்ற ஜாதிகளுக்குத் தீய விபத்தாக மிதிர்ந்து வருகிறது. அது மானுஷீகத்தின் ஊற்றிலேயே விஷத்தைக் கலந்தது போலாகிறது. நம்முள் மிகப் பெரியோரும் மிக நல்லோரும் வாழ்க்கையிலே காட்டி[ய] ஆதர்சங்களைப் பழிப்பதுபோலாகிறது. உலகத்து ஜாதியாருக்கெல்லாம் அஸூரத்தனமான ஸ்வார்த்த நாட்டமே, ஸர்வ ஸாமான்யமான பெருந் தர்மமென்று காட்டுவது போலாகிறது. ஸயன்ஸ் (சாஸ்த்ரத்தின்) இடமிருந்து வேறெது வேண்டுமானாலும் எடுத்துக்கொள்ளலாம். தர்ம மரணம் விளைவிக்கும் இந்த மருந்தை மாத்திரம் கைக்கொள்ள வேண்டாம். பிற தேசத்துக்கு நீங்கள் விளைவிக்கும் தீமை உங்களையும் சூழாதென்று கணப்பொழுதும் நினையாதீர். உங்கள் மனையைச் சுற்றி நீங்கள் விதைக்கும் தீமைகள் கோட்டைகளாகுமென் றெண்ண வேண்டாம். ஒரு ஜாதி முழுதையும் தானே உயர்வென்ற அஸாதாரண கர்வ சிந்தையில் புகுத்தலும், தர்மத்துக் கிளகாத கல்நெஞ்சும், சோரத்தால் வந்த செல்வமும் பெருமையென்று கருதச் செய்தலும், போரில் வென்ற கொள்ளைகளை பஹிரங்கமான இடங்களில் காட்டித் தோற்ற ஜாதியாரின் அவமானத்தை எக்காலமும் மறந்து போகாமல் பாராட்டுவதும், அவற்றைப் பள்ளிக்கூடங்களில் வைத்துப் பிற ஜாதியார் விஷயத்திலே குழந்தைகளின் மனதில் இகழ்ச்சியைப் பயிராக்குவதும் – இஃதெல்லாம் மேற்குத் திசையை அது புண்பட்ட இடத்தில் அபிநயித்தலாம். அந்தப் புண்ணில் வீக்கம் உயிரைத் தின்னுகிற வியாதியின் வீக்கம்.

நமது ஜீவனத்துக் கவசியமான தானியப் பயிர்கள் பல நூறாண்டு கருத்துடன் தெரிந்தெடுத்து விளைவித்த பயன்களாம். ஆனால் உயிராக மாற்ற முடியாத களைகளை நாம் பொறுமையுடன் யோசித்து யோசித்து வளர்க்கவில்லை. களைகளைப் பிடுங்குதல் சிரமம். கவனக் குறைவினால் பயிரைக் கெடுத்துப் பழைய காட்டு நிலைக்குச் செல்ல விடுதல் எளிது. அதுபோல் உங்கள் பூமிக்கு தயவுடன் தன்னை இசைத்துக் கொண்டதாகிய நாகரிகமும் முற்காலத்தில் உழுது களைபிடுங்கியது போதாமல் இன்னும் நீங்கள் உழைத்துக் கவலையுடன் காக்கும்படி வேண்டுகிறது. ஸயன்ஸ் கூட்டுறவு முதலிய சுத்த நவீனங்களை இடம்பெயர்த்து நடலாம். ஆனால் மனிதனுடைய ஜீவ குணங்கள் மிகவும் மெல்லிய நரம்புகளுடையன. நெடுந்தொலை பரவிய பல வேர்களை யுடையன. அவற்றை இடம்பெயர்த்தால் செத்துப்போம். ஆதலால் மேற்குத்திசையின் ராஜ்ய ஆதர்சங்கள் உங்கள் ஆதர்சங்களை முரட்டுத்தனமாக அழுத்துவதை நான் அஞ்சுவேன். ராஜ்ய விஷயங்களையே முக்யமாக உடைய நாகரிகத்தில் நாடென்பது ஒரு மானஸிக பதார்த்தம். மனிதருக்குள்ளே சம்பந்தமெல்லாம் லாபத்தைக் கருதிய ஸம்பந்தம். இந்த நாகரிகத்துக்குச் சித்தத்திலே ஆதாரமில்லையாதலால், இதை நடத்துதல் பயங்கரமானபடி சுலபம். இந்த யந்திரத்தை நீங்கள் பாதி நூற்றாண்டுக்குள்ளே வசப்படுத்தி விட்டீர்கள். உங்கள் ஜாதியுடன் பிறந்து, உங்கள் நூற்றாண்டுகளில் வளர்ந்த உயிருள்ள ஆதர்சங்களைக் காட்டிலும் அந்த யந்திரத்தை அதிகமாக விரும்பும் மனிதர் உங்களுக்குள்ளே சிலர் உள்ளார். விளையாட்டுப் பரபரப்பில் ஒரு குழந்தை தனது தாயைக் காட்டிலும் விளையாட்டுப் பண்டங்களிடம் தனக்கதிக அன்பிருப்பதாக நினைத்துக்கொள்ளுதல் போலே.

மனுஷ்யன் மிகவும் உயர்ந்த ஸ்திதியை அடையும்போது தன்னை மறக்கிறான். மானுஷீக அன்பாகிய தளையை மூலாதாரமாகவுடைய உங்கள் நாகரிகம் தன்னைத்தானே தொளைத்துத் தொளைத்துப் பார்க்கும் குணத்தால் தீண்டப் படாதபடி உயிரின் ஆழத்திலே போஷிக்கப்பட்டது. வெறுமே ராஜ்ய விவகார சம்பந்தம் முழுதும் வேதனை மயம்; பரஹிம்ஸையே வடிவெடுத்து வீங்கிய புண்! அது வலிய உங்கள் கவனத்தைக் கவர்ந்தது. உங்கள் வாழ்விற் குறுதியாகிய உண்மையை நீங்கள் முழுதும் உணர்ந்து கொள்ளவேண்டிய காலம் வந்துவிட்டது; பராக்காக இருக்கும்போது உங்களுக்கு விபத்து வாராமல் தடுக்கும்படி முற்காலம் உங்களுக்கு ஈசனுடைய தானம். தற்காலத்தைப் பற்றி நீங்களே சரியான தீர்மானம் செய்ய வேண்டும்.

ஆதலால் உங்களை நீங்களே கேட்டுக் கொள்ள வேண்டிய கேள்விகள் பின்வருமாறு: "நாம் உலகத்தை அறிந்த நெறி பிழையா? மனித இயல்பை நேரே அறியாமல் நாம் அதனுடன் சம்பந்தங்கள் வகுத்துக் கொண்டோமா? மேற்குத் திசையின் மன வுணர்ச்சியே நேரானதா? மானுஷீகத்தின் பொது அவநம்பிக்கை யென்ற காப்புச் சுவரின் பின்னே அவள் ஜாதீய க்ஷேமத்தைக் கட்டுகிற வழிதான் நேர் வழியா?"

கிழக்கு ஜாதியென்றெழுச்சி பெறுமோ என்று ஆலோசனை பண்ணும் போதே மேற்குத் திசை எத்தனை பயம் காட்டுகிற தென்பதை நீங்கள் கண்டுபிடித்திருக்கலாம். இதன் காரணம் யாதெனில் அவள் வாழ்விற்குத் துணையாகிய சக்தி தீய சக்தி. அது அவளுடனிருக்கும்வரை அவளுக்கு (மேற்குக்கு) க்ஷேமம்; இதர லோகத்துக்கு நடுக்கம். ஐரோப்பிய நவீன நாகரிகத்தின் ஜீவ விருப்பம் யாதெனில் சாத்தானைத் தனக்கு மாத்திரம் சொந்தமாக வைத்துக்கொள்ள வேண்டுமென்பது. அவளுடைய ஸகல ஆயுதங்களையும் தந்திரங்களையும் இந்த ஒரே நோக்கத்தில் செலுத்துகிறாள். சாத்தானை இங்ஙனம் கூவி நடத்தும் பூசைகள் செல்வத்தின் பாதை மூலமாக ஸர்வ நாசத்தின் கரையிலே கொண்டு சேர்க்கும். கடவுளுடைய பூமியின் மீது மேற்குத்திசை அவிழ்த்துவிட்ட பிசாசுகள் அவளையே பயமுறுத்துகின்றன. அவளைக் கோலடியாலே பயங்களுக்குள்ளே துரத்துகின்றன. எனவே, அவளுக்கு ஆறுதல் இல்லை. அவள் பிறருக்கு விளைவிக்கும் அபாயங்களையும், அதனால் அவளுக்கேற்படும் அபாயங்களையும் தவிர மற்றதை யெல்லாம் மறந்து விடுகிறாள். இந்த ராஜ்ய சிந்தனைப் பேய்க்கு மற்ற நாடுகளை பலியிடுகிறாள். அவற்றின் பிணத்தசையை உண்டுகொழுக்கிறாள். பிணங்கள் பச்சையாக இருக்குமட்டும் அதிகக் கேடில்லை. ஆனால் அவை அழுகுவது திண்ணம். செத்தது பழி வாங்கும். எங்கும் அசுசியைப் பரப்பித் தின்போனுடம்பில் விஷமேற்றும். முன்பு, ஜப்பான் மானுஷீகச் செல்வமெல்லாம் கொண்டிருந்தாள். வீர, ஸௌந்தர்யங்களின் இன்னிசையும் நியமத்தில் கம்பீரமும் ப்ரகாசத்தில் வளமும் பெற்று விளங்கினாள். அப்படியிருந்தும் மேற்குத் தேசங்கள் அவளை மதிக்கவில்லை. "மனுஷ்ய ரத்தத்தைக் குடிக்கும் சாத்தானுடைய நாய்கள் ஐரோப்பிய நாய்ப் புகைகளிலேதான் வளர்க்கலா மென்பதில்லை; ஜப்பானிலும் அவற்றைக் குடியேற்றி மனிதத் துன்பங்களை இரை போட்டு வளர்க்க முடியும்" என்பதை நிரூபணம் செய்யும் வரை ஜப்பானை அவர்கள் கவனிக்கவில்லை. அழகிய பூமியின் மீது நரகத்தீயின் வெள்ளக் கதவுகளைத் திறந்துவிடும் திறவுகோல் தன் கையிலும் இருக்கிறதென்றும்; அவர்களுடைய தாளத்தின் கணக்கிலேயே கொள்ளை, கொலை, அநாதைப் பெண்களைக்

கற்பழித்தல் முதலியன செய்யும் பேய்க்கூத்து தனக்கும், பூமண்டலம் நாசமாகும்படி, ஆடத் தெரியுமென்றும் ஜப்பான் காட்டினவுடனே இவளைத் தமக்கு ஸமானமாக அங்கீகாரம் செய்தனர். மனிதன் தர்ம நெறியில் பக்குவப்படாத ஆரம்ப நிலையிலே தான் அஞ்சும் தெய்வத்தின் கொடுமை பற்றியே அதனிடம் பக்தி செலுத்துகிறான் என்பதை அறிவோம். ஆனால் மனிதன் இறுமாப்புடன் எதிர் நோக்கத்தக்க ஆதர்சம் இது தானா? பல நூற்றாண்டுகளான நாகரிகத்துக்கப்பால், ஜாதிகள் இரவிலே சுற்றும் காட்டு மிருகங்களைப் போலே, பரஸ்பரம் அஞ்சுவதும்; உபசாரக் கதவுகளை அடைப்பதும்; அடித்தல், தடுத்தல் இரண்டுக்கு மாத்திரமே கூட்டுறவு கொள்வதும்; வியாபார ரஹஸ்யங்களையும் ராஜ்ய ரஹஸ்யங்களையும், ஆயுத ரஹஸ்யங்களையும், பொந்துகளுக்குள்ளே மூடி வைப்பதும்; பரஸ்பரமாக வளர்க்கும் குலை நாய்களுக்குத் தமக்கு சொந்தமில்லாத மாம்ஸத்தைப் போட்டு ஸமாதானம் செய்வதும்; எழுந்து நிற்க விரும்பும் வீழ்ந்த ஜாதியாரை மேலெழாதபடி அழுத்துவதும்; மனுஷ்ய ஜாதியின் மற்றப் பகுதிகளின் பலஹீனத்தையே தமக்கு க்ஷேமமாகக் கணிப்பதும்; தம்மைக் காட்டிலும் பலக்குறைவான ஜாதியாருக்கு வலது கையாலே மத ப்ரசாரம் செய்து, அவர்களை இடது கையாலே கொள்ளை யடிப்பதும்; இதையெல்லாம் கண்டு நாம் பொறாமைப்படத்தகுமா? இந்த நாகரிகத்தின் கொள்கைக்கு நாம் முழங்கால் படியிடலாமா? இந்த நாகரிகம் பூமண்டல முழுதிலும் பயத்தையும், லோபத்தையும், ஐயத்தையும் தன் ராஜ்ய தந்திரத்தைக் குறித்து வெட்கங்கெட்ட பொய்களையும், மனிதனுடைய ஸமாதானத்திலும், பொது ஸஹோதரத் தன்மையிலும் தனக்கு நல்லெண்ண மிருப்பது போலே பேசும் எண்ணெய் தடவின பொய்களையும், விதை தெளிப்பது போலே தெளிக்கிறது. நம் பூர்வ ஆஸ்திக்கு பதில் இந்த அன்யச் சரக்கை வாங்க நாம் மேற்குச் சந்தைக்கு விரைந்தோடிப் போகையிலே நாம் ஐயுறவு கொள்ள வேண்டாமா? தன்னைத் தான் அறிதல் சிரமமென்பதை நானறிவேன். குடி வெறியி லிருப்போன் தனக்கு வெறியில்லையென்று சத்தியம் பண்ணுவான். எனினும், மேற்குத் திசை தனது விவகாரங்களைப் பற்றித் தானே அக்கரையுடன் யோசனை பண்ணி வருகிறாள். சோதனைகள் புதிது புதிதாகச் செய்து பார்க்கிறாள். ஆனால் அவள் ஒரு பெருவயிறுடையவள் போலாவாள். பெருவயிறன் தன் அமித போஜனத்தைக் கைவிட மனமில்லாமல், அஜீரணத்தால் உண்டாகி மூச்சைப் பிடிக்கும் பயங்கரக் கனவுகளை மருந்தினால் தீர்த்துக் கொள்ளலாமென்ற வீணாசை யுறுவான். ஐரோப்பா தனது ராஜ்ய அமானுஷ்யத் தன்மையைக் கைவிட மனமில்லாதிருக்கிறாள். அதற்குச்

சார்பான ஸகல நீச தரமான சித்த விருத்திகளையும் கைவிட விரும்பவில்லை. உபாயங்களை மாற்றுவதில் நம்பிக்கை யுடையாள். சித்தத்தின் மாறுதலை வேண்டாள்.

அவர்களுடைய யந்திர அனுஷ்டானங்களை மூளையினால் விலை கொள்வோம்; ஹ்ருதயத்தால் கொள்ள வேண்டாம். அவற்றைச் சோதனை போடுவோம். அவற்றுக்குக் கொட்டகைகள் கட்டி வைப்போம். ஆனால் அவற்றை நமது வீடுகளிலும் கோயில்களிலும் தேவாஸனத்தில் வைக்கக்கூடாது. மிருகங்களைக் கொல்லுமுன்பு கும்பிட்டுக்கொல்லும் ஜாதிகள் உள. அவர்களிடம் நாம் பசித்த போது மாம்ஸம் விலைக்கு வாங்குவோம். ஆனால் கொலையுடன் செய்யும் பூஜைகளையும் கிரயத்துக்கு வாங்க மாட்டோம். வியாபாரமும், யுத்தமும், ராஜ்யமும் வெகு முக்கியமாதலால் அவற்றிலே லாபம்பெற யாது வேண்டுமாயினும் செய்யலாமென்ற மூடபக்தியால் நமது குழந்தைகளின் புத்திகெட்டுப் போக விடமாட்டோம். மனிதனுடைய வியாபாரம் கேவலம் வியாபார தசைக்கு மேலே செல்லவேண்டுமென்பதை அறியக் கடவோம். போரும் அப்படியே. அரசும் அப்படியே. ஜப்பானில் உங்களுடைய சொந்தக் கைத்தொழிலிருந்தது. அது எத்தனை நாணயம், எத்தனை யோக்யம், எத்தனை உண்மை யென்பதை நீங்கள் செய்த பண்டங்களாலே அறியலாம். அவற்றின் அழகு, பலம், பிறர் கண்டுபிடிக்கக் கூடாத சில்லரை விவரங்களிலேகூட மனம் பொய்யாமை, இவற்றைக் காணலாம். வியாபாரம் ப்ரதான மென்றும், யோக்யதை கேவலம் ஒரு சிறந்த தந்திர மென்றும் கொண்ட கண்டத்திலிருந்து பொய்மையின் வெள்ள அலை உங்கள் நாட்டின் மீது பெருகிவிட்டது. நகர முழுதிலும் பொய்யும் புளுகுமாக வியாபார விளம்பரங்களை எழுதி ஒட்டிக் கெடுத்தது போதாதென்று, உழவர் யோக்யமாக உழைக்கும் பச்சை வயற்புறங்களிலும், உதயத்தின் தெளிந்த ஒளி முதலாவது படும் மலைச்சிகரங்களிலும் ஒட்டத் தலைப்பட்டு விட்டீர்களே – உங்களுக்கு வெட்கமில்லையா? மானத்தையும், உள்ள மென்மையையும் அடிக்கடி அழித்தழித்து மழுங்கச் செய்துவிடுதல் இக்காலத்தில் மிக எளிது. ஏனெனில் இப்போது பொய்கள் வர்த்தகமென்றும் அரசென்றும் தேசபக்தியென்றும் பெயர்புனைந்து செருக்குடன் உலாவுகின்றன. எனவே, அவை நமது வாழ்க்கையில் ஓயாமல் தலையிட்டுக் கொண்டிருப்பதை நாம் கண்டித்தல் உண்மையான ஆண்மைக்குத் தகாத சித்த மென்மையாகக் கருதப்படுகின்றது.

இது எப்படி வந்து முடிந்ததென்றாலோ, மரணம் வந்தாலும் சொன்னது தவறார், அற்ப லாபத்திற்காகப் பிறரை வஞ்சித்தல்

இகழ்ச்சியென்று கொள்வார், போரிலும் மானங் கெட்ட செய்கை செய்வதிலும் தோல்வியே மேலென்று கொள்வார், அப்படிப்பட்ட வீரரின் மரபில் பிறந்த நீங்கள் பொய்களை அதிதீவிரமாக வழங்குதலும், அதனாலே லாபம் ஸம்பாதிப்பதும் இகழ்ச்சியில்லையென்று கருதும் ஸ்திதிக்கு வந்து விட்டீர்கள். இது "நவீனம்" என்ற பதத்தின் மோஹத்தால் உண்டானது. வெறுமே பயனைக் கருதல் நவீனமாயின் அழகைத் தேடல் ஸநாதனம். அற்பமான அஹங்காரம் நவீனமாயின் மானுஷ்ய ஆதர்சங்கள் புராதனம். உபாயத்துக்கும் யந்திரத்துக்கும் வேண்டி மனிதனை நறுக்கி நொண்டியாக்குகிற திறமை எவ்வளவு "நவீன"மாயினும் அது நெடுங்காலம் வரை சாகாமல் பிழைத்திருக்க மாட்டாது.

ஆனால் நாம் ஐரோப்பாவின் மமதா வசனங்களிலிருந்து நம் மனதை விடுவித்துக் கொள்ள முயலும் போது, அந்த மோஹத்தின் புதை மணல்களிலிருந்து நாம் தப்ப வழி தேடுங்கால், – மேற்கின் விஷயத்தில் முழுதுமே அவநம்பிக்கைப் படும் மற்றோர் அந்தம் வரை போய் விடக்கூடாது.

மோஹாரம்பத்தில் உண்டாகும் மயக்கம் எவ்வளவு பொய்யோ, அவ்வளவு மோஹந் தீரும் போதுண்டாகும் விரோதமும் பொய். ஸஹஜமான மனநிலை வேண்டும். அங்குதான் நமக்கு வரும் விபத்துக்களைக் கண்டு விலக முடியும். விபத்தை விளைவித்த பொருளிடம் விரோதமும் தோன்றாது. எப்போதும் இயற்கையிலே நம் மனதில் ஓரிச்சை தோன்றலாம்; ஐரோப்பாவுக்கு அது கொடுத்த காசையே திரும்பக் கொடுப்போமென; அதாவது, இகழ்ச்சிக் கிகழ்ச்சியும் தீமைக்குத் தீமையும் திரும்பிச் செலுத்துவோமென்று; அதுவும் பிழை; அதுவும் அனுகரணம். மஞ்சளென்றும் செம்மையென்றும் கருமையென்றும் கபில வர்ணமென்றும் தான்நினைக்கும் ஜாதியாரிடம் அவள் நடந்து கொள்ளுகிற மாதிரியிலிருந்து வெளிப்படும் குணத்தை அவளுடைய கெட்டகாலத்தை அனுகரணம் செய்வதாம். இந்த இடத்தில் கிழக்கினராகிய நாம் நமது குற்றத்தையும் ஏற்றுக்கொள்ள வேண்டும். நமது பாவமும் அத்தனை பெரிது. அதனிலும் பெரிதென்று கூறலாம். நாமும் மனித ஜாதியை அவமதித்தோம். குறிப்பிட்ட மதம் அல்லது நிறம் அல்லது ஜாதியைச் சேராதவர்களை நாமும் இகழ்ந்து கொடுமை செய்தோம். வலிமையைக் கண்டஞ்சும் நமது பலக்குறைவினாலே, நாம் மதிசோர்ந்து அதற்கு பதிலாகப் பிறர் மஹிமையைக் கண்டு குருட்டுத்தனங் காட்டும் மற்றொரு பலக்குறைவிலே போய் விழுகிறோம்.

நல்லதும் பெரிதுமாகிய ஐரோப்பாவை நாம் அறிய முயலும்போது, அற்ப லோபி ஐரோப்பாவினிடமிருந்து நம்மைக் காத்துக்கொள்ளலாம். துன்பங்களை நோக்கும்போது மனிதன் தனது தீர்ப்பில் நியாயந் தவறுதல் சுலபம். மனம் கஷ்டப் படுகிறபோது கொள்கைகள் கட்டுவதிலிருந்து சூன்யவாதம் உண்டாகிறது. தோல்வி மிகவும் பெரிதாக இருக்கையிலே, நாசத்தின் ஆழத்திலிருந்து புதிய உயிரை எழுப்புகிற வலிமையைத் தனக்குக் கொண்டு தருகிற சக்தியினிடம் ஒரு ஜாதி நம்பிக்கை யிழக்கும் போது, அதற்கு மனுஷ்ய வாழ்க்கையிலேயே நிராசை தோன்றிவிடும். ஆத்ம, மானுஷ்ய விதிகளை மறக்கும், யந்திரம் போன்ற, அவஸரங்களையுடையதாய், ஆணையும், பெண்ணையும், சிசுவையும் தன் கீழே போட்டு நசுக்குகிற பெரிய கூட்டுறவுகளுக்கு விரோதமாகப் போராடும் ஜீவனென்று மேற்கின் கண்ணே இருக்கத்தான் செய்கிறது. அந்த ஜீவனுடைய புலனுணர்ச்சிகள் அதற்கன்பில்லாத ஜாதியாருடன் விவகரிக்கும்போது, அவமதிப்புக்குரிய பயங்கரமான வழக்கங்களால் முழுதும் மழுங்கிப்போவதில்லை. மேற்கின் பலம் கேவலம் மிருக, யந்திர, பலம்போலிருந்தால், இத்தனை உன்னத நிலைக்கு வந்திராது. அதன் ஹ்ருதயத்தில் தெய்வாம்சம் இருக்கத்தான் செய்கிறது. அதன் கைகள் உலகத்திற்கிழைக்கும் தீமைகளை யெண்ணி அந்த அம்சம் கஷ்டப்படுகிறது.

அதன் உன்னத இயற்கையின் அந்த நோவிலிருந்து, ஒரு ரஹஸ்ய மருந்துத் தைலம் பொழிகிறது. அது அப்புண்களை ஆற்றும். மீட்டு மீட்டும் பலமுறை மேற்கு தன்னை எதிர்த்துப் போர்செய்து வருகிறது. தன் கையால் பலங்குறைந்தவ ருடம்பில் கட்டிய தளைகளைத் தானே வெட்டிற்று. பண ஆசையினால் ஒரு பெரிய தேசத்தின் தொண்டையில் விஷத்தை இறக்கிப் பிறகு விழித்தவுடன் தானே அந்த தேசத்தினின்றும் விலகிக் கையலம்பிக்கொள்ளும். இதனால் செத்தனவும், பலித மற்றனவுமாகத் தோன்றுமிடங்களிலேகூட மானுஷ்யத்தின் ரஹஸ்ய ஊற்றுக்கள் இருப்பதாக ருஜுவாகிறது. இத்தனை குரூரமான கோழைத் தனத்திற்கும் மிஞ்சியிருக்கும் அதன் ஆழ்ந்த உண்மை லோபமன்று. பரோபகார ஆதர்சங்களில் அதற்குள்ள பக்தியென்று ருஜுவாகிறது.

நவீனக் கிழக்கின் புத்தியை அது வெறும் வெளிப்பகட்டி னால் மாத்திரமே மோஹிப்பித்து விட்டதென்றல் ஐரோப்பாவுக்கும், நமக்கும் ஒருங்கே அநீதி செய்தலாம். அதன் தர்ம ஒளி பீரங்கிப் புகை, சந்தைப் புழுதிகளை ஊடுருவியும் தெளிவுற விளங்குகிறது. அது நமக்கு தார்மிக விடுதலையின் ஆதர்சத்தைக் கொணர்ந்து கொடுத்தது. இதன் அஸ்திவாரம்

ஜன ஸங்கேதங்களுக்குக் கீழே நெடுந்தூரம் சென்றது. இதன் செய்கை மண்டலம் பூலோக விசாலம்.

தன் அருவருப்பை மீறியும், தான் ஐரோப்பாவிடம் அதிகார வழிகளைப் பற்றி மாத்திரமே யல்லாமல், மானஸிக தார்மிக லோகச் செய்திகளும் பல கற்றுக்கொள்ள வேண்டுமென்று ஸ்வபாவத்தினாலே தெரிந்து கொண்டது கிழக்குத்திசை. இன்னும் ஐரோப்பா நமக்குக் கற்றுக் கொடுத்தன யாவை யென்றால், குடும்ப ஜாதிகளின் நலத்தைக் காட்டிலும் உலக நன்மையின் உயர்ந்த கடமைகளே மேலென்றும், சட்டம் புனித மென்றும் காட்டிற்று.

சட்டம் பரிசுத்த மென்பதால், ஸமூஹம் தனி மனுஷ்ய னுடைய சேஷ்டைகளைக் கடந்ததாகிறது. ஸமூஹ அபிவிருத்தி யிலே தொடர்ச்சி தவறாதிருக்கிறது. எல்லா நிலைமைகளில் உள்ள எல்லா மனிதருக்கும் நியாயம் கிடைக்கிறது. இஃதனைத்திலும் விசேஷம் யாதெனில், அவள், (ஐரோப்பா,) நமது கண்முன்னே, பல நூற்றாண்டுகள் வருந்தி ஸித்திபெற்று, விடுதலையின் கொடியைத் தூக்கிக் காட்டுகிறாள். கொள்கையில் விடுதலை, யோசனையில் விடுதலை, செய்கையில் விடுதலை, கலையிலும் இலக்கியத்திலும் ஆதர்சங்களிலும் விடுதலை!

நம் ஆழ்ந்த மதிப்பை ஐரோப்பா வென்றபடியாலே தான், அவள் சண்டைக் கிடமான பலஹீனத்தையும், பொய்மையையும் காட்டுகையில் நமக்கோரபாயமாகிறாள். மிகவும் சிறந்த உணவுடன் சேர்த்துக் கொடுக்கும் விஷத்தைப் போலாகிறாள். நமக்கோரிடத்தில் க்ஷேமமுண்டு; அதை எப்போதும் நம்பலாமென்று நம்புகிறோம். எங்ஙனமெனில், அவள் மயக்குக்களையும், கடுமையான ஆக்ரமணங்களையும் நாம் எதிர்ப்பதில் அவளையே துணை கூப்பிடலாம். நிறைவின் அளவொன்று தன் சொந்தமாகக்கொண்டு சுமந்து வருகிறாள். அந்த அளவு கொண்டே அவளுடைய வீழ்ச்சிகளையும், தோல்விப் படிகளையும் அளக்கலாம். அதனால் அவளை அவளுடைய சொந்த நியாய ஸ்தலத்தின் முன்னே இழுக்கலாம், வெட்கப்படுத்தலாம், அந்த வெட்கம் உண்மையான பெருந்தன்மையின் மானத்திற்கு லக்ஷணம்.

அவள் கொடுக்கும் உணவைக் காட்டிலும் விஷம் வலிதாய் விடுவதை அஞ்சுகின்றோம். இன்று அவளிடம் வலிமையாகக் காண்பது ஸௌக்யத்தின் அடையாளமன்று போலும். எதிரிடையாக, உயிரின் தராசு கவிழ்ந்தபடியால் அது சிறிது காலத்துக்கு வெளியே தோன்றுவதோர் பொருள் போலும். தீமையானது விதியைப் போலே மோஹத்தில் வீழ்த்தும் – அதன் அஸுரப் பெருவடிவங்களிலே – என்றஞ்சுகிறோம். இறுதியில்

அதன் வரம்பு கடந்த அளவுப்பிழையினால் நடுநிலை தவறி விழுந்துவிடுமென்பது மெய்யே யாயினும், அது விழுமுன் விளைக்கும் கஷ்டம் பின்பு நீக்க முடியாததாய் விடலாம். ஆதலால் நான் உங்களைப் பிரார்த்திக்கிறேன். பக்தி வலிமையும் மனத்தெளிவும் கொண்டிருங்கள்.

"ஸாமர்த்ய" மென்னும் இரும்புத் தாழ்களால் இணைப்புண்டதும், அவா என்னும் சக்கரங்களின் மீது செல்வதும் ஆகிய "நவீன முன்னேற்றம்" என்னும் ஆபாஸ நிர்மாணம் நெடுங்காலம் ஒன்று சேர்ந்திராது. மோதல்கள் நேரிடத்தான் செய்யும். அது ஸங்கேதக் கோடுகளின் மேலே செல்லுகிறது. ஸ்வேச்சைப்படி தன் கதியை நிர்ணயித்துக் கொள்ள முடியாதபடி அத்தனை அதிக பாரமுடையது. இதனை அறிந்துகொள்ளுங்கால், தண்டவாளத்தை விட்டு நழுவினால் அதன் எண்ணற்ற வண்டித் தொடர்கள் தடுமாறிப் போகும். ஒரு நாள் இது நாசக் குப்பையிலே சிதறி விழும்போது உலகத்தின் வியாபாரத்துக்குப் பெரிய கஷ்டமான தடையாகும். இப்போது கூட இதன் அடையாளங்கள் தெரியவில்லையா? யுத்த முழக்கத்துக்கிடையே, பகைமையின் அலறுதல், நிராசையின் ரோதனங்கள், இந்த நாகரிகத்தின் அடியிலே பல காலமாகச் சேகரிப்புற்று வரும் சொல்ல முடியாத மலத்தின் கடைதல், இவற்றுக்கிடையே, இவற்றை ஊடுருவி நமக்கொரு வாக்கு வரவில்லையா? அந்த வாக்கு: ஜாதி அஹங்காரமென்ற கோபுரம் தேசபக்தி என்ற புனைபெயர் கொண்டதாய்த் தன் துரோகக் கொடியை வானத்துக்கெதிரே காட்டுகிறது. இது தன் பாரம் பொறாமல் அசைந்து சடேலென்று விழும். இதன் கொடி மண்ணைத் தழுவும். இதன் ஒளி அவிந்துபோம்" என்று நமது ஜீவனுக்குக் கூறவில்லையா? எனது ஸஹோதரரே, படர்ந்தெரியும் செந்தீ வானத்து மீன்களுக்கெதிரே சலசலவென்று நகைக்கும்போது, வானத்து மீன்களை நம்புங்கள் – நாசத்தீயை நம்பவேண்டாம். இந்தத் தீ அவிந்து தானே மடியும்போது, அதன் ஞாபகச்சின்னம் சாம்பலிலே கிடக்க நித்யமான ஒளி கிழக்குத்திசையிலே தோன்றும். கீழ்த்திசையே மனித நாகரிகத்தின் உதய ஸ்தானம். அப்படிப்பட்ட நாள் ஏற்கெனவே பிறந்துமிருக்கலாம். யாரறிவார்? ஆசியாவின் கிழக்கோரத்து வானடியில் அந்த ஸூரியன் தோன்றிவிட்டானோ? எனது முன்னோர்களாகிய ரிஷிகள் செய்தது போலே நானும் இந்தக் கீழ்த்திசை யுதயத்துக்கு வந்தனம் சொல்லுகிறேன். இஃது பூமண்டல முழுதையும் ஒளியுடையதாக்கும். இது விதி.

பேரிரைச்சலுடைய அக்காலத்தின் கூக்குரலுக்கு மேலே எனது சத்தம் பெரிதாகக் கேட்கும்படி செய்ய என்னால்

முடியாது. என் சத்தம் அதி பலஹீனமென்பதை நானறிவேன். தெருவிலே போகும் சிறுவன்கூட என்மீது "லௌகிக மறியாதவன்" என்ற அடைமொழியை வீசி யெறியலாம். அது என்னுடைய சட்டையின் வாற்புறத்தில் ஒட்டிக்கொண்டு, அழிக்க முடியாமல் போய்விடலாம். அதனால், "மரியாதையுள்ள கிரஹஸ்தர்"களின் மதிப்புக்கு நான் பாத்திரமாகாமல் போய்விடலாம். ஸிம்ஹாஸனங்கள் மதிப்பிழந்து போகவும், தீர்க்கதர்சிகள் அகால வஸ்துக்களாகவும், ஏற்பட்ட இந்தக் காலத்தில் – எல்லா வாக்கையும் மிஞ்சிச் சந்தை யிரைச்சல் பெரிதாகக் கேட்கும் இந்த நாட்களில் – ஒருவன் "ஆதரிசி" (உத்தம தர்மத்தையே நாடுவோன்) என்று பெயர் வாங்குவதனால், தடியடிக் கூட்டத்தாரிடமிருந்து அவனுக்கு அபாயம் நேரிடக் கூடுமென்பதையும் அறிவேன்.

எனினும், ஒருநாள் நான் நவீன விநோதங்கள் மலிந்து கிடக்கும் யோகோஹாமா பட்டணத்தின் வெளிப்புறத்தில் நின்று உங்கள் தென்கடலில் பொழுது சாய்வதைக் கண்டேன். தேவதாரு மரங்களுடுத்த குன்றுகளுக்கிடையே ஸூர்யாஸ்தமயத்தின் சாந்தியையும் மஹிமையையும் நோக்கினேன். பொன்னிறமான வானடிக்கு நேரே, பூஜியா மாவின் மலையொளியானது தன்னொளியில் தான் மங்கும் தேவனைப் போலே மங்கலாயிற்று. மாலையின் மோகனத் திடையே நித்ய காலத்தின் ஸங்கீதம் பொங்கி வந்தது.

அப்போது கருதினேன்: வானமும் பூமியும் உதயாஸ்தங்க ளாகிய கவிதைகளும் ஆதர்சிகளுக்கும் புலவர்களுக்குமே அனுகூலம்; ஹ்ருதய ராகங்களினிடம் திடமான இகழ்ச்சியுடைய சந்தைக்காரரர் சார்பில்லை. தனது தேவத்தன்மையை மறந்து நிற்கும் காலம் மாறி மறுபடியும் மனிதன் வானம் எப்போதும் மண்ணைத் தீண்டி நிற்கிறதென்ற ஞாபகமெய்துவான். மனுஷ்ய ரக்தத்திற்கு மோப்பங்கொண்டு வானத்தை நோக்கி அவனும் நவீன காலத்து வேட்டை ஓநாய்களின் வசத்தில் மண்ணுலகம் ஸதாகாலத்துக்கு விட்டு வைக்கத் தக்கதன்று – என்ற நினைப்பு மனிதனுக்கு மீண்டு வரும்.

குறிப்பு: இந்த உபந்யாஸம் ஸ்ரீமான் டாகூர் ஜப்பானில் செய்தது.

"ஜப்பானுடைய ஜீவன்" என்ற வ்யாஸம் முற்றிற்று.

***(மகாகவி ஸர் ரவீந்திரநாத் தாகூர் அருளிய பஞ்ச வியாஸங்கள்*, 1918, பக். 58–79; பாரதி மொழிபெயர்ப்பு.)**

பிற்சேர்க்கைகள்

பிற்சேர்க்கை 1

The Far East
பூர்வ தேசங்கள்
Japan
ஜப்பான்

ஒவ்வொரு தேசத்திற்கும் ஒரு பரம்பரை சரித்திரம் இருப்பது போல, சீனதேசத்திற்கு (China) கிழக்கேயுள்ள ஜப்பானுக்கும் ஓர் கண்யமான பரம்பரைச் சரித்திரம் உண்டு. இத்தேசம் 2600 வருஷகாலமாய் ஒரு வம்சத்தாரால் ஆளப்பட்டு வந்த போதிலும், ஐரோப்பியர்களுடைய நவீன நாகரீகத்தையும் பெற்றிருக்கிறது. 50 வருஷங்களுக்கு முன்பாக இத்தேசமானது அன்னியர்களோடு சேராமல் தனியாய் இருந்தது. அன்றியும் சிறு சிறு பாகங்களாகப் பிரிக்கப்பட்டு சிற்றரசர்களால் ஆளப்பட்டு வந்தது. இச்சிற்றரசர்கள் எப்பொழுதும் ஒருவரோடொருவர் சண்டைசெய்து கொண்டிருந்தார்கள். அவ்வூர் தலை அரசனான மிக்கேடோ (Mikado) என்பவனும் தன்னுடைய சொந்த அரண்மனையில் ஓர் கைதியைப்போல இருந்தான். இராஜாங்கத்தின் அரசாட்சியானது சக்தியற்ற டோகு காவா வம்சத்தைச் (Tokugawa line) சேர்ந்த ஷோகன்ஸ் (Shoguns) என்பவர்களின் கைகளிலிருந்தது. ஆனால் 1852ஆம் வருஷம் ஐக்கிய மாகாணங்களின் (United States) ஒரு சண்டைக் கப்பலானது எட்டோ சமுத்திரக்கரையில் (Yeddo bay) நங்கூரம் பாய்ச்சப்பட்டது. இதைப் பார்த்த உடனே ஜப்பானியர்கள் மிகவும் ஆச்சரியமடைந்து அன்னியர்களோடு சேர்ந்து வரம்பில்லாமல் வியாபாரம் செய்யத் தலைப்பட்டார்கள். அக்காலத்தில் ஆசியா கண்டத்திலிருந்த

அனேக இராஜாங்கங்கள், ஐரோப்பியர்களோடு செய்த கொடும் போரினால் சீர்கேடடைந்திருந்தன. ஜப்பான் தேசமும் ஐரோப்பியர்களுடைய ஆளுகைக்கு உட்பட்டுவிடுமென்று எண்ணியிருந்தார்கள். ஆசியா கண்டத்தாரின் நடவடிக்கைகளை நன்றாய் அறிந்திருக்கிற ருஷியா தேசத்தாரும் இவர்களின் குணங்களை நன்றாய் அறிந்திருக்கவில்லை.

ஜப்பானியர்கள், தாங்கள் ஐரோப்பியர்களிடத்தினின்றும் அனேகம் அறியவேண்டுமென்பதைத் தெரிந்துகொண்டார்கள். ஆகையால் தங்கள் தேசத்தை நல்ல நிலைக்குக் கொண்டுவரும் பொருட்டுப் படிப்படியாய் இறங்கும் சிற்றரசு முறையானது *(Feudalism)* உடனே எடுத்துவிடப்பட்டது. மிக்கேடோவுக்கு மீண்டும் முழு அதிகாரம் கொடுக்கப்பட்டது. தேச அரசாட்சியானது சீர்திருத்தப்பட்டது. பின்பு ரயில்வண்டிகள், தபால், தந்தி முதலியவைகள், வர்த்தமானப் பத்திரிகைகள், கப்பல்கள், சண்டைக்கப்பல்கள் முதலிய எல்லாவற்றிற்கும் ஏற்பாடுகள் செய்யப்பட்டன. பூமியிலும் கப்பலிலும் செய்யும் யுத்தங்களுக்குரிய சாஸ்திரங்களைக் கற்பிக்கும்பொருட்டுக் கலாசாலைகள் ஏற்பாடு செய்யப்பட்டன. ஆகையால், யாவராலும் இழிவாக எண்ணப்பட்ட இத்தேசமானது இந்த 50 வருஷங்களுக்குள்ளாகத் தன்னுடைய நித்திரையினின்றும் விழித்துக் கொண்டு, யாவரும் ஆச்சரியப்படத்தக்க, வெகு உயர்ந்த நிலையை அடைந்து, ஐரோப்பாவுக்குச் சமானமாய்விட்டது. இவர்கள் இவ்வளவு உயர்ந்த நிலையை அடையக் காரணமென்ன? நாம் இந்த ஜப்பானியர்களின் சரித்திரத்தை எடுத்துப் படிப்போமானால், இவர்கள் ஐரோப்பியர்களிடத்திலிருக்கும் நன்மைகளை எல்லாம் அனுசரித்து வந்ததாகத் தெரியவருகிறது. மேலும், இவர்கள் உக்கிரம் கொண்ட தேசாபிமானமுடையவர்களாயும், வீண்பெருமை பாராட்டாதவர்களாயுமிருந்தார்கள். தேசத்தை அபிமானிப்பது ஓர் கடமையாக எண்ணப்பட்டது. ஆகையால் பெரிய அரசன் முதல் சிறிய கூலிக்காரன் வரைக்கும், ஒவ்வொருவரும் வீரியம் பூண்ட தேசாபிமானிகளாய் இருந்தார்கள்.

தேசத்தினின்றும் கலகங்கள் நீங்கி, ஷோகன்ஸார் *(Shoguns)* கைகளினின்றும் அரசாட்சியை எடுத்துவிட்ட பிறகும், படிப்படியாய் இறங்கும் சிற்றரசுமுறை *(Feudalism)* மாத்திரம் இருந்துகொண்டே யிருந்தது. ஆனால் தேசத்திலிருக்கும் பெரிய கனவான்களால் மிக்கேடோவுக்கு மீண்டும் அதிகாரம் கொடுக்கப்பட்டபடியால், ஜப்பானிலிருந்த சிப்பாய்கள் ஒவ்வொருவரும் இக்கனவான்களின்கீழ் இருந்தவர்களே யானார்கள். ஒவ்வொருவரும் சுதேச நன்மைக்காக சுயநலத்தை

விட்டுவிட்டார்கள். பெரிய கனவான்களானவர்கள், தேச நன்மையின்பொருட்டுத் தங்களிடத்திலிருந்த மானியம், சாத்து, நிலம் எல்லாவற்றையும், மிக்கேடோவினுடைய வசத்தில் ஒப்புவித்துவிட்டார்கள். இந்த கண்ணியமான செயலுக்காக, கனவான்களுக்கு பென்ஷன் கொடுக்கப்பட்டன. ஆனால் அவர்கள் தங்களுடைய இராஜ போகங்களை இழந்துவிட்ட போதிலும் கொஞ்சமும் முறையிடவில்லை. இப்படி ஜப்பானியர்கள் தேச நன்மைக்காகச் செய்தார்கள். ஆனால் இந்த ஹிந்துஸ்தானத்தில் ஒருவருக்கொருவர் பொறாமையும், அண்டைவீட்டுக்காரன் தனவானானால் வயிற்றெரிச்சலும், மோசமும், இன்னும் அனேக அல்பமான சிறு சிறு சச்சரவுகளும் பொருந்தியிருக்கின்றன. இந்த இருபதாவது நூற்றாண்டிலும் ஒரு தேசம் இப்படியிருந்தால் விருத்தி யடையுமா? சீனதேசமானது அப்பொழுதே விழித்துக்கொண்டுவிட்டது. ஆப்கனிஸ்தானும் (*Afghanistan*) பர்ஷியாவும் (*Pursia*) வேண்டிய சீர்திருத்தங்களைச் செய்துகொண்டு வருகின்றன. ஆனால் இந்தியாவுக்கு இன்னும் காலம் வரவில்லையா?

ஒரு ஆங்கிலேயனுடைய கையின்கீழ் வேலை செய்து கொண்டிருந்த ஒரு ஜப்பான் தேசத்தான், அன்னிய தேசத்தானைக் கீழ்ப்படிந்து நடக்க இஷ்டமில்லாமையால் அவனுக்குத் தொந்தரவு கொடுத்துக்கொண்டே வந்தான். ஆனால் அந்த ஆங்கிலேயன், இதை நான் என்னுடைய ஊரில் போய்ச் சொன்னால் ஜப்பானுக்குக் கெட்ட பேர் உண்டாகு மென்று சொன்ன உடனே சரியாய் வேலை செய்யச் சம்மதித் தான். அதுவே நம்முடைய இந்த ஹிந்து தேசத்தில் ஒரு கூலிக்காரனுக்கு இம்மாதிரி பேச்சைச் சொல்லியிருந்தால் ஏதாயினும் இலட்சியம் செய்திருப்பானா? இவ்விதமாய் ஜப்பானியர்களுடைய தேசாபிமானத்தைப் பற்றி உடம்பி லிருக்கும் மயிர் சிலிர்சிலிர்க்கும்படியான அனேக கதைகள் சொல்லப்படுகின்றன. இந்த நிலையை இந்தியாவானது என்றைக்குத்தான் அடையப்போகின்றதோ? இந்தியாவி லிருக்கும் ஒவ்வொரு சிறு துரும்பும் வீரியங்கொண்ட தேசாபிமானத்தைப் பெற்றிருக்க வேண்டுமல்லவா? அதுவே சில வருஷங்களுக்கு முன்பாக சீனதேசத்தார் தங்கள் தேசத்தில் யுத்தம் நடக்கிற காலத்திலும், அன்னியர்களுக்குத் துப்பாக்கி முதலிய கருவிகளை விற்றார்கள். சில வருஷங்களுக்கு முன்பாக நடந்த சீன ஜப்பானிய யுத்தத்தில், குண்டுகளுக்கு (*shells*) பதிலாக மண் உண்டைகள் வைக்கப்பட்டிருந்தபடியால் சீனதேசத்தார் தோல்வியடைந்தார்கள். இப்படி வேலைக்காரர்கள் செய்தால் நல்லதா? இது தேசாபிமானமா?

இந்த ஜப்பானியர்களிடத்தில் முரட்டுத்தனமான பிடிவாத மில்லை. ஆகையால் சிறந்த புத்தமதத்தைக் கண்டவுடனே அதை ஆதரிக்கத் தொடங்கினார்கள். கொஞ்சம் ஐரோப்பியர்களுடைய நாகரீகத்தையும் போர்ட்டுகீஸ் *(Portugese)* ஜனங்களிடத்திலிருந்து கற்றுக்கொண்டார்கள். ஒரு ஜப்பானியனுக்கு ஒரு துப்பாக்கியானது ஒரு ஐரோப்பியனால் இனாமாகக் கொடுக்கப்பட்டது. அதை அவர்கள் கண்ட உடனே தேசமுழுவதும் அம்மாதிரி துப்பாக்கி செய்து சிப்பாய் களுக்குக் கொடுக்க ஆரம்பித்துவிட்டார்கள். ஆகையால் அவர்கள் நன்மை தீமைகளைப் பகுத்தறிவதில் வல்லவர்களாய் இருந்தார்கள்.

இப்பொழுது ஜப்பான் தேசத்தார் உபயோகிக்கும் துப்பாக்கியானது, அவர்களுடைய சொந்த மனிதன் ஒருவனால் கண்டுபிடிக்கப்பட்டது. இது எல்லா தேசத்தார் துப்பாக்கியைக் காட்டிலும் வெகு சிறந்ததாகச் சொல்லப்படு கின்றது. இவர்கள் உபயோகிக்கும் ஷிமோஸி *(Shimose)* என்னும் பீரங்கி மருந்தானது, அதியந்தம் நாசத்தைச் செய்வதாய் இருக்கிறது. இவர்களுடைய பட்டாளமும், சண்டைக் கப்பல்களும் வெகு உயர்ந்த நிலையிலிருக்கின்றன. இவர்கள், கலைகள் முதலிய சாஸ்திரங்களை நல்ல நிலைக்குக் கொண்டு வந்தார்கள். இப்பொழுது அமெரிக்கர்கள், ஜப்பானிடத்தி லிருந்து தாங்கள் எல்லாவற்றையும் கற்றுக்கொள்ள வேண்டு மென்று சொல்லுகிறார்கள். இந்த ஜப்பான் தேசத்துத் துறைமுகப் பட்டணங்களானவைகள் வெகு நன்றாகக் கட்டப்பட்டிருக்கின்றன. குப்ளேகான் *(Kublakhan)* என்பவன் இவர்களோடு கப்பல் யுத்தம் செய்தபொழுது, கரையைப் போய்ச் சேர முடியாமல் தோல்வியடைந்தான்.

இவர்கள் தேசத்திலிருக்கும் நெருப்புக் குச்சிகள் செய்யும் சாலைகளானவைகள் மகாவினோதக் காட்சிச்சாலைகளாய் இருக்கின்றன. இவர்கள், மலையில் சுரங்கம் *(tunnel)* செய்து ரயில்வண்டி போட்டிருக்கிறார்கள்.

இந்த ஜப்பான் தேசத்தில் அனேக ஆலயங்களிருக்கின்றன. இவ்வாலயங்களில் ஸமஸ்கிருதத்தில் அனேக மந்திரங்கள் எழுதியிருக்கின்றன. ஆனால் சில புத்த பிக்ஷுக்களுக்குத்தான் ஸமஸ்கிருதம் தெரியும். தற்காலத்திற்குத் தகுந்தபடி நாகரீகமும், சிறப்பும் அடையவேண்டுமென்கிற எண்ணம், ஜப்பானி லிருக்கும் சந்நியாசிகள், பிக்ஷுக்கள் முதலிய ஜனங்களையும் பரவியிருக்கிறது. ஒவ்வொரு கூலிக்காரனும் தன்னுடைய தேசத்தை யாராயினும் இழிவு கூறினால் சண்டைக்கு வருகிறான்.

ஆனால் இந்தியாவில் நவீன நாகரீகத்தைப் பெற்ற அனேக பெரிய மனிதர்களும் இத்தேச மதத்தை நிந்திக்கிறார்கள்.

சென்ற ருஷிய ஜப்பானிய யுத்தத்திற்குச் சில வருஷம் முன்பாக டோகோ, ஓயாமா, ஒகு முதலிய இராஜவம்சத்தைச் சேர்ந்த மகா போர்வீரர்கள், அன்னிய தேசம் சென்று கூலிக்காரர் களாக ஈனவேலைகளைச் செய்தாவது, தங்கள் தேசத்தை உயர்ந்த நிலைக்குக் கொண்டுவரும் பொருட்டுக் கப்பல் யுத்தம், பீரங்கி யுத்தம் முதலான அனேக வித்தைகளையும், துப்பாக்கி, பீரங்கி, கப்பல், ரயில்வண்டி முதலியவைகளைச் செய்வதையும் கற்றுவந்தார்கள். ஆனால் இந்தியாவிலோ யாவரும் பிரமை பிடித்து வீட்டைவிட்டு வெளியே சென்றால் மதத்தை யிழந்து விடுகிறோமென்ற எண்ணங் கொண்டிருக்கிறார்கள். கப்பல் யாத்திரை சென்றால் மதம் போய் விடுமா? தேசமானது க்ஷீண கதியை அடைந்திருக்கிறபொழுது, தேசத்திற்கு நன்மை செய்யலா மென்கிற எண்ணங்கொண்டு வெளியே சென்றால் என்ன பிழை? "கிராம ஸ்யார்த்தே குலம் த்யஜேத்" "தேசத்திற்குக் கஷ்டம் வந்தால் குலத்தை விட்டுவிடு" என்று சொல்லி யில்லையா? இப்படி இருக்கையில் இத்தேசத்தில் அவன் தொட்டதைச் சாப்பிடலாமா, இவன் பார்த்ததைச் சாப்பிடலாமா என்று சிறுசிறு அல்பமான சச்சரவுகளைச் செய்துகொண்டு தேகத்திலிருக்கும் பலத்தை எல்லாம் வீணாய் நாசம் செய்துகொண்டிருக்கிறார்கள். இதுதான் வேலை? இத்தேச ஜனங்கள் ஆசைப்படுவதோ! 30 ரூபாய் கணக்கன் வேலை அல்லது மோசம் செய்யும் ஒரு வக்கீல் வேலை. இதைவிட மேலானது ஒன்றும் தோற்றவில்லையா? இதைவிட அவமானமான காரியம் வேறொன்று உண்டா? எப்பொழுதும் ஆங்கிலேய புத்தகம் ஒன்றை வைத்துக்கொண்டு அதை அர்த்தம் தெரியாமல் உருவேற்றிக்கொண்டிருக்கிறீர்களே. உங்கள் புத்தகத்தை எல்லாம் குளத்தி லெறிந்துவிட்டு ஆண்மை யுள்ள புருஷர்களாக நின்று தேசத்திற்கு நன்மை செய்யுங்கள். உங்களுக்குள்ள பேடித்தனத்தை விடுங்கள். உங்கள் சிறுபுற்றி னின்றும் வெளியே வந்து சற்று கண் திறந்து உலகத்தைப் பாருங்கள். ஒவ்வொரு இராஜாங்கத்தாரும் எப்படி நல்ல நிலைக்கு வந்து கொண்டிருக்கிறார்கள். நீங்கள் நிச்சயமாக உங்கள் தேசத்தை அபிமானிக்கிறீர்களா? நீங்கள் ஸத்தியமாக ஏழைப் பரதேசிகளுக்கு மனமிரங்குகிறீர்களா? அப்படியாயின் எல்லோரும் நன்னிலைக்கு வர பிரயத்தனம் செய்யலாம். இப்பொழுது இந்தியாவை நன்னிலைக்குக் கொண்டுவர யாவரும் ஒன்றுசேர்ந்து, சுகம் ஒன்றையும் பாராமல் நின்று, ஜப்பானியர்களைப் போல தேசாபிமானம் கொண்டு,

பொறாமை முதலியவை நீங்கி, யாவரும் தேசத்திற்கு நன்மை செய்யத் தலைப்படுவோமாக. விவேகாநந்த சுவாமியானவர் இத்தேசத்தில் பறக்கும் தூள்கூட மிகவும் சிரேஷ்டமானதென்று ஐரோப்பியர்களுக்குச் சொல்லுவது வழக்கம். "சிறு துரும்பும் பல்லுக்கு உதவும்" என்று சொல்லுகிறது போல நாம் நம்முடைய தேசத்திலிருக்கும் ஒன்றையும் பழிக்காமல் ஐக்கிய மடைவோமாக. ஐக்கியமே பலம். வந்தே மாதரம்.

வீரஸிம்ஹன்

***இந்தியா*, 27.10.1906, பக். 8, 9.**

குறிப்பு: *பாரதியின் 'இந்தியா' இதழில் இடம்பெற்ற ஜப்பான் குறித்த கட்டுரை.*

பிற்சேர்க்கை 2

A Grand Swadeshi Meeting in Madras

சுதேசியக் கூட்டம்

சென்ற ஞாயிற்றுக்கிழமை மாலை 5 மணிக்குத் திருவல்லிக்கேணியில் லேடிஸ் பார்க்கு *(Ladies Park)* என்ற மாதர் உத்தியானத்துக்கு எதிரே கடற்கரையில் ஒரு பெருங்கூட்டம் கூடியது. அக்கூட்டத்திற்கு வந்திருந்தவர்கள் சுமார் 5000 பேரெனக் கணக்கிடலாம். பெரும்பான்மையோர் மாணவர்களேயாயினும், பெரியவர்களும் பலர் வந்திருந்தனர். பிள்ளைகள் காட்டிய உற்சாகத்துக்கும் அபிமானத்திற்கும் எல்லையில்லை. நமது பத்திராதிபர் ஸ்ரீமான் ஜி. சுப்பிரமணிய ஐயர் அவர்கள் மாணவர்கள் உற்சாகத்துடன் முழங்கிய வந்தேமாதர மந்திர கோஷத்துடன் அக்கிராசனம் வகித்து சபை கூடிய உத்தேசத்தைப் பற்றி முகவுரையாகச் சிறிது ஆங்கிலத்திற் கூறி, கண்ணாடி செய்யும் விதத்தைக் கற்பதற்காக ஜப்பான் தேசத்துக்குப் போய்த் திரும்பி வந்திருக்கும் ஸ்ரீமான் ராமராவ் தெலுங்கிலும், தூத்துக்குடி ஸ்டீம் நாவிகேஷன் கம்பெனியின் காரியதரிசியாகிய ஸ்ரீமான் சிதம்பரம் பிள்ளையவர்கள் தமிழிலும் மிஸ்டர் எஸ்.டி. பிள்ளையவர்கள் ஆங்கிலத்திலும் சுதேசீயத்தைப் பற்றி உபந்நியசிப்பார்களென்று சொல்லி உட்கார்ந்தார். பிறகு ஸ்ரீ ராமராவ் எழுந்து சபையோருக்குக் கை கூப்பி வந்தனம் செய்து தெலுங்கு பாஷையில் பேசினார்.

ஸ்ரீமான் ராமராவ் பேச்சின் சுருக்கம்

இந்தியா பூர்வத்தில் ஞானத்திலும் செல்வத்திலும் நிறைந்திருந்ததென்றும், அதன் செல்வத்துக் காசைப்பட்டே கிரேக்கர், பாரசீகர், போர்த்துக்கேசியர், டச்சுக்காரர் முதலிய பிற நாட்டார்கள் இத்தேசத்திற்கு வந்தார்களென்றும்,

அவர்கள் இங்கே நிலையாய் நின்று அரசு புரியாமையால் இத்தேசத்தின் செல்வம் குன்றாதிருந்ததென்றும், ஆங்கிலேயர் இதை யரசாளத் தொடங்கியது முதல் வருஷாவருஷம் 60–கோடி பவுன் இந்தியாவைவிட்டு இங்கிலாண்டுக்குச் செல்லுகிறதென்றும், அதனாலேயே இந்நாட்டில் அடிக்கடிப் பஞ்சம் விளைகிறதென்றும், அது மாத்திரமன்றி அசல்நாட்டார் வர்த்தகர்களாக வந்து இலவசமான யந்திரத்தாற் செய்த துணிகளையும், சாமான்களையும் விற்பதால் நம் நாட்டுத் தொழில்கள் நாசமாய்ப் போய்விட்டனவென்றும் சொன்னார். பிறகு ஜப்பான் தேசத்தின் அபிவிர்த்தியை எடுத்துச் சொல்லத் தொடங்கி, ஜப்பானியர்கள் தங்களுக்கு வேண்டிய துணி, காகிதம், பென்சில் முதலிய எல்லாவற்றையும் தங்கள் தேசத்திலேயே உண்டுபண்ணிக் கொள்ளுகிறார்களென்றும், அயல்நாட்டு சாமான்களால் தங்கள் சாமான்களின் வர்த்தகம் குன்றாதிருக்கும்பொருட்டு அவ்வயல் நாட்டு சாமான்களின்மீது ஜப்பான் துரைத்தனத்தார் அதிக வரிபோடுகிறார்களென்றும் சொன்னார். அன்றியும் ஜப்பானியர் இந்தியா தேசத்தின்மேல் அதிக பக்தியும் மரியாதையும் பாராட்டுகிறார்களென்றும், அதற்குக் காரணம், அவர்களுடைய மதமாகிய பௌத்த மதம் இந்நாட்டில் உண்டானதென்றும், ஸ்ரீ புத்த தேவர் அவதரித்த திருநாடு இதுவென்று அவர்கள் இந்நாட்டில் வைத்திருக்கும் கௌரவமேயென்றும், ஆனால் நாம் இப்பொழுது பராதீனமாயிருக்கிறோ மென்பதை யறிந்து மேலுக்கு நம்மை மரியாதையாய் நடத்தினாலும், உள்ளுக்குள் இழிவாய் நினைக்கிறார்களென்றும் சொன்னார். இனி நாம் சுதேசீயத்தைக் கைக்கொண்டு அந்நிய சாமான்களைக் கொள்பவரைப் பூராவாய் பஹிஷ்கரித்து நமது தேச வாழ்க்கைக்கு வேண்டிய அனைத்திலும் சுதேசீய உணர்ச்சியை பலப்படுத்தி சுயராஜ்யத்தை யடைய வேண்டுமென்றும், சுவராஜ்யம் மாத்திரம் வேண்டும், ஆனால் அதற்காக யாதொரு கஷ்டமும் படாமல் சுகமாகவும் இருக்க வேண்டுமென்றும் எண்ணி இருந்தால் ஒன்றும் முடியாதென்றும் நம் தேசம் முன்னுக்கு வரும்பொருட்டு நாம் எவ்வளவோ கஷ்டங்கள் பட்டுப் போராடி ஸ்வராஜ்யம் பெற்றாலன்றி, நாமும் ஒரு தேசத்தாரெனப் பிற தேசங்களின் மத்தியில் தலைநிமிர்ந்து தன் மதிப்புடன் வாழ முடியாதென்றும் பேசி முடித்தார்.

பிறகு ஸ்ரீமான் சிதம்பரம்பிள்ளை தமிழில் பேசலானார்.

ஸ்ரீமான் சிதம்பரம்பிள்ளை யவர்களின் பேச்சு

சகோதரர்களே! மனிதன் ஒன்று நினைத்தால், தெய்வம் மற்றொன்று நினைக்கும். கெட்டதிலிருந்தும் நன்மையுண்டாகும்

என்பதற்கு நிதர்சனமாக லார்டு கர்ஸன் நம் ஒற்றுமை யுணர்ச்சியைக் குறைப்பதற்காக வங்காளத்தை இரு கூறாகப் பிரிவினை செய்ய, அதனால் நம் ஐக்கியம் குறைந்துபோ மென்றும் அவர் எண்ணிய எண்ணத்துக்கு நேர்மாறாக முன்னிருந்ததிலும் அதிக ஒற்றுமையும் அதன் பயனாக சுதேசீயக் கிளர்ச்சியும் நமக்குள் தோன்றி அற்புதமான காரியங்களைச் செய்து வருகிறது. இக்கிளர்ச்சி வங்காளம் என்ற ஒரு நாட்டில் மாத்திரமன்றி, இந்தியா முழுவதுமே பரவி நிற்கின்றது. இப்பொழுது மொத்தத்தில் ஆசியா கண்ட முழுவதிலுமே ஒரு புதிய கிளர்ச்சி உண்டாயிருக்கிறது. ஜப்பான் ஏற்கெனவே முன்னுக்கு வந்துவிட்டது. பாரசீக தேசமும் பார்லிமெண்டு சபையொன்று ஸ்தாபித்து, அபிவிர்த்தியின் அடையாளங்களைக் காட்டி வருகிறது. சீனாவும் கிளம்பிவிட்டது. அரேபியாவிலும் சுறுசுறுப்பு தொடங்கிவிட்டது. இப்படியிருக்க, நாம் மாத்திரம் எத்தனை காலம் பராதீனமாயிருப்போம்?...

***இந்தியா*, 23.3.1907, ப. 11.**

குறிப்பு: பாரதியின் கட்டுரையில் குறிப்பிடப்பெறும் ஜப்பான் சென்று திரும்பிய தெலுங்கு இளைஞர் ராமராவ் சொற்பொழிவாற்றிய சுதேசியக் கூட்டப் பதிவு.

பிற்சேர்க்கை 3

கருத்துப்படம்

அமெரிக்காவும் ஜப்பானும்

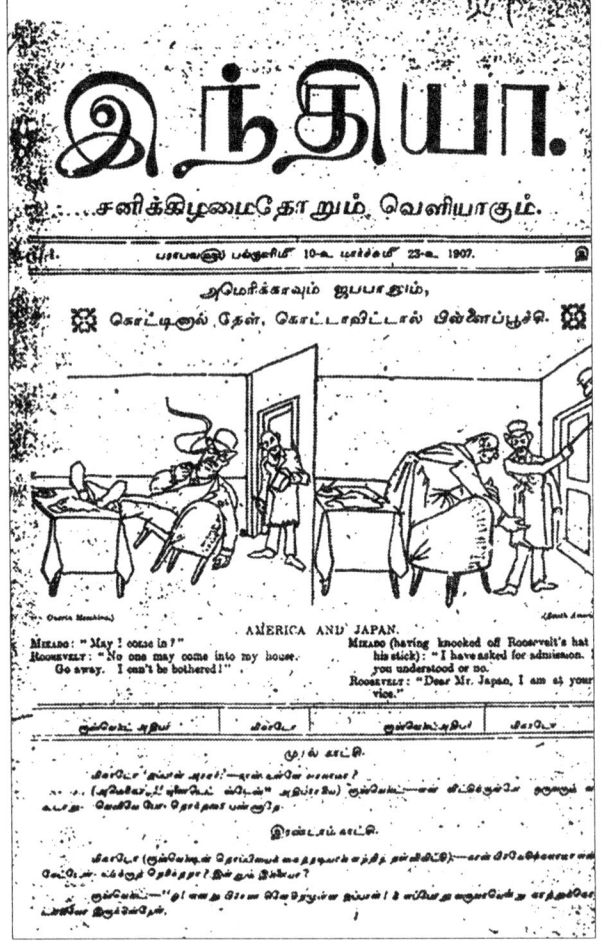

இந்தியா.

சனிக்கிழமைதோறும் வெளியாகும்.

பராபவஹு பங்குனிமீ 10-உ. மார்ச்சுமீ 23-உ. 1907.

அமெரிக்காவும் ஜப்பானும்,

கொட்டினால் தேள், கொட்டாவிட்டால் பிள்ளைப்பூச்சி.

AMERICA AND JAPAN.

MIKADO: "May I come in?"
ROOSEVELT: "No one may come into my house. Go away. I can't be bothered!"

MIKADO (having knocked off Roosevelt's hat [with] his stick): "I have asked for admission. [Have] you understood or no.
ROOSEVELT: "Dear Mr. Japan, I am at your [ser]vice."

முதல் காட்சி.

இரண்டாம் காட்சி.

இந்தியா, 23.3.1907

குறிப்பு: 'ரெவ்யூ ஆப் ரெவ்யூஸ்' (*Review of Reviews*) என்னும் ஆங்கில இதழிலிருந்து பாரதி எடுத்துப் பதிப்பித்த கருத்துப்படம்.

பிற்சேர்க்கை 4

My Own Japanese Poetry

Yone Noguchi

I COME always to the conclusion that the English poets waste too much energy in "words, words, and words," and make, doubtless with all good intentions, their inner meaning frustrate, at least less distinguished, simply from the reason that its full liberty to appear naked is denied. It is the poets more than the novelists who not only misinterpret their own meaning, but often deceive their own souls, and cry to their hearts too affectedly whose timid eyes look aside; it is almost unbelievable how the English–speaking people, with their pronounced reserve and good sense, can turn at once in "poetry" so reckless and eloquent. When I say it seems that they take a so-called poetical license, I mean that what they write about, to speak slangily, by the yard, is not Life or Voice itself (or to use my own beloved word, Death or Silence itself); from such a viewpoint I do not hesitate to declare that the English poets, particularly the American poets, are far behind the novelists. I can prove with many instances that there are books and books of "poems" in which one cannot find any particular design of their authors; it is never too much to say that they have a good intention, though not wise at best; but after all, to have only that good intention is not the way to make art or literature advance.

    I always insists that the written poems, even when they are said to be good, are only the second best, as the very best poems are left unwritten or sung in silence. It is my opinion that the real test for poets is how far they resist their impulse to utterance, or, in another word, the publication of their own work – not how much they have written, but how much they have destroyed. To live poetry is the main thing, and the question of the poems written or published is indeed secondary; from such a reason I regard our Basho Matsuwo, the seventeen syllable hokku poet of three hundred and fifty years ago, as great, while the work credited to his wonderful name could be printed in less than one hundred pages of any ordinary size. And it is from the same reason that I pay an equal reverence to Stephane Mallarme, the so-called French Symbolist, though I do not know the exact meaning of that term. While they are poets different in nature, true to say, as different as a Japanese from a Frenchman (or it might be said, as same as the French and the Japanese), it seems to me that they join hands unconditionally in the point of denying their hearts too free play, with the result of making poetry living and divine, not making merely "words, words and words," and further in the point that both of them, the Japanese and the Frenchman, are poetical realists whose true realism is heightened or "enigmatised" by the strength of their own self-denial, to the very point that they have often been mistaken for mere idealists. Putting aside the question whether they are great or not, the fact that they have left little work behind is the point that I should like to emphasise; blessed be they who can sing in silence to the content of their hearts in love of perfection. The real prayer should be told in silence.

For a poet to have few lines in these prosaic days would be at least an achievement truly heroic; I think that the crusade for the Western poetry, if it is necessary, as I believe it is most momentous, should begin with the first act of leaving the "words" behind, or making them return to their original proper places. We have a little homely proverb – "The true heart will be protected by a god, even though it offer no prayer at all." I should like to apply it to poetry and say that Poetry will take care of itself all by itself without any assistance from words, rhymes, and metres. I flatter myself that even Japan can do something towards the reformation or advancement of the Western poetry, not only spiritually but also physically.

My book of poems often brings forth, accidentally as it seems to me, the question whether one can attain a success with the language of adoption. I never had, let me tell you to begin with, any thought of success or failure when I began to write in English, and still I haven't to-day; I beg you not to mix my work with such a discussion, because, to give you one reason, I hate to have it classed with so-called literature or poetry. To put my own work aside. It is interesting, however, to reflect and consider whether we can pay any tribute to the English language when we adopt it for writing. There are beauties and characteristics of any language which cannot be plainly seen by those who are born with them; it is a foreigner's privilege (or is it the virtue of capital-lettered ignorance?) to see them and use them, without a moment's hesitation, to his best advantage as he conceives it. I have seen examples of it in the work of Western artists in adopting our Japanese traits of art, the traits which turned meaningless for us a long time ago, and whose beauties were lost in time's dust; but what a force and peculiarity of art Utamaro or Hiroshige, to believe the general supposition, inspired in Monet, Whistler and others: it may seem strange to think how the Japanese art of the Ukiyoye school, nearly dead, commonplace at its best, could work such a wonder when it was adopted by the Western hand: but after all that is not strange at all. And can we not do the same thing with language? Not only the English language but any language, is bound to become stale and stupid if it shuts itself up for too long a time; it must sooner or later be rejuvenated and enlivened with some new force. To shake off classicism, or to put it more abruptly, to forget everything of history or usage, often means to make a fresh start; such a start must be expected to come from one great enough to transcend above it, or from a foreigner. And the latter's ignorance (blessing is that ignorance) in his case becomes a strength and beauty; it is only he who can dare an extraordinary act in language such as no native writer ever dreams, and the result will be no small protest, sometimes a real revelation. That is why even we Japanese can make some contribution to the English language when we use it. The English poem, as it seems to me, is governed too greatly by old history and too respectable prosody; just compare it with the English prose which has made such a stride in the recent age, to see and be amazed at its unchanging gait. Perhaps it is my destitution of musical sense (a Western critic declared that Japanese are for the most part unmusical) to find myself more often unmoved by the English rhymes and metres; let me confess that, before perceiving the silver sound of a poet like Tennyson or Swinburne born under the golden clime, my own Japanese mind already revolts and rebels against something in English poems or verses which, for lack of a proper expression, we might call physical or external. As my attention is never held by the harmony of language, I go straightforward to the writer's inner soul to speculate on it, and talk with it; briefly, I am sound blind or tone deaf - that is my honest confession. I had no reply to one English lady the other day who wrote me to inquire concerning the underlying rhythm of my poetical work, as I had no thought about it when it was written: my mind always turns, let me dare say, to something else. I used to read the works of English poets in my younger days; but I soon gave up the reading of them when I thought that my literary salvation would only come through my own pain and imagination. As far as the language is concerned, I need not much of it for my assistance; because my hope is to become a poet without words. While some critic or poet accuses me for being faulty and even unnatural, I am quite content with my work; because although it may not be so-called literature or poetry, it is I myself, good or bad, noble or ignoble, high or low.

Japanese poetry, at least the old Japanese poetry, is different from Western poetry in the same way as silence is different from a voice, night from day; while avoiding the too close discussion of their relative merits, I can say that the latter always fails, naturally enough, through being too active to properly value inaction, restfulness, or death; to speak shortly, the passive phase of life and the world. It is fantastic to say that night and day, silence and voice are all the same; let me admit that they are vastly different; it is their difference that makes them so interesting. The sensitiveness of our human nature makes us to be influenced by the night and silence as well as by the day and voice; let me confess, however, that my suspicion of the Western poetic feeling dates from quite far back in the days of my old California life, when I was quite often laughed at for my aimless loitering under the moonbeams, and for my patient attention to the voice of the falling snow. One who lives, for instance, in Chicago or New York, can hardly know the real beauty of night and silence; it is my opinion that the Westen character, particularly of Americans, would be sweetened, or at least toned down, if that part of the beauty of Nature might be emphasized. Oh, our Japanese life of dream and silence: The Japanese poetry is that of the moon, stars, and flowers that of a bird and waterfall for the noisiest. If we do not sing so much of life and the world it is not from the reason that we think their value negative, but from our thought that it would be better, in most cases, to leave them alone, and not to sing of them is the proof of our reverence toward them. Besides, to sing the stars and the flowers in Japan means to sing life, since we human beings are not merely a part of Nature but Nature itself. When our Japanese poetry is best, it is, let me say, a search-light or flash of thought or passion cast on a moment of Life and Nature, which, by virtue of its intensity, leads us to the conception of the whole; it is swift, discontinuous, an isolated piece. So it is the best of our seventeen-syllable hokku and thirty-one syllable uta poems that by their art, as Tsurayuki remarks in his Kokinshiu preface, "without an effort, heaven and earth are moved, and gods and demons invisible to our eyes are touched with sympathy;" the real value of the Japanese poems may be measured by what mood or illusion they inspire in the reader's mind.

It is not too much to say that an appreciative reader of poetry in Japan is not made but born, just like a poet; as the Japanese poetry is never explanatory, one has everything before him on which to let his imagination freely play; as a result he will come to have an almost personal attachment to it as much as the author himself. When you realize that the expression or words always mislead you, often making themselves an obstacle to a mood or an illusion, it will be seen what a literary achievement it is when one can say a thing which passes well as real poetry in such a small compass mentioned before; to say "suggestive" is simple enough, the important question is how. Although I know it sounds rather arbitrary, I may say that such a result may be gained partly (remember only partly) through determination in the rejection of inessentials from the phrase and the insistence upon economy of the inner thought; just at this moment while I write this article, my mind is suddenly recalled to the word which my old California poet-friend used to exclaim: "Cut short, cut short, and again cut short!"

The other day I happened to read the work of Miss Lizette Woolworth Reese whose sensitiveness, the sweetest of all femininity for any age or race, expressed in language of pearl-like simplicity, whether studied or not, makes me think of her as a Japanese poet among Americans. When I read her "A White Lilac" from "A Quiet Road" (what a title with the sixteenth century dreaminess) I called my straight attention to her sensitiveness to odour; as a better specimen let me give you the following:

Oh, gray and tender is the rain,
That drips, drips on the pane;
A hundred things come in at the door,
The scent of herbs, the thought of yore.

I see the pool out in the grass,
A bit of broken glass;
The red flags running wet and straight,
Down to the little flapping gate.

Lombardy poplars tall and three,
Across the road I see.
There is no loveliness so plain,
As a tall poplar in the rain.

But oh, the hundred things and more
That come in at the door;
The smack of mint, old joy, old pain,
Caught in the gray and tender rain.

With all due respect, I thought afterward what a pity to become an American poetess if she has to begin her poem with "Oh, gray and tender is the rain" – such a commonplace beginning. I declared bluntly that I, "as a Japanese poet" would sacrifice the first three stanzas to make the last sparkle fully and unique like a perfect diamond. Explanation is forbidden in the House of Poesy for Japanese, where, as in the Japanese tea-house of four mats and a half, the Abode of Imagination, only the hints tender and gray like a ghost or Miss Reese's rain, are suffered to be dwelling. Although of this American poetess it is said that her rejection of inessentials is the secret of her personality and style, it seems that that rejection is not sufficient for my Japanese mind. If I be blamed as unintelligible from too much rejection, I have only to say that the true poetry should be written only to one's own heart to record the pain or joy, like a soul's diary whose sweetness can be kept when it is hidden secretly, or like a real prayer for which only a few words uttered are enough. Here I am reminded of a particular hokku, a rain-poem like Miss Reese's, by Buson Yosaho of the eighteenth century:

> *Of the samidare rain,*
> *List to the Utsubo Bashira pipe!*
> *These ears of my old age!*

Is it unbelievable to you when I tell you that such is a complete Japanese poem, even a good poem? It is natural for you to ask me what the poem means at first and where the greatness comes in. The poem, as you see, in such a Lilliputian form of seventeen syllables in the original, carries my mind at once to the season's rain chanting the Utsuba Bashira, or Pipe of Emptying, that descends from the eaves (how like a Japanese poem with a singular distinction of inability to sing!) to which the poet Buson's world-wearied old ears awakened; you will see that the "hundred things and more" that come in at the door of his mind should be understood, although he does not say it. Indeed you are the outsider of our Japanese poems if you cannot read immediately what they do not describe to you.

My Japanese opinion, shaped by hereditary impulse and education, was terribly shattered quite many years ago when Edwin Markham's "The Man With a Hoe" made a furore in the American Press. I exclaimed: "What! you say it is poetry? How is it possible?" It appeared to me to be a cry from the Socialist platform rather than a poem; I hope I do not offend the author if I say that it was the American journalism whose mind of curiosity always turns, to use a Japanese figure, to making billows rise from the ground. Putting aside many things, I think I can say that Mr. Markham's poem has an inexcusable error to the Japanese mind: that is its exaggeration, which, above all, we cannot stand in poetry, and even despise as very bad taste. Before Edwin Markham there was Whittier, who sent out editorial volleys under the guise of poetry; it is not too much to say, I dare think, that "An American Anthology" by Mr. Stedman, would look certainly better if it were reduced to one hundred pages from its eight hundred; we are bewildered to see so many poet-journalists perfectly jammed in the pages. How I failed in my attempt to read Walt Whitman – yes, during the last seventeen years; true to say, a page or two of "Leaves of Grass" soon baffled, wearied and tired my mind. The fact that he utterly failed to impress my mind makes me think accidentally what a difference there is between East and West. One cannot act contrary to education; we are more or less a creation of tradition and circumstances. It was the strength of the old

Western poets, particularly of America, that they preached, theorized, and moralized, besides singing in their own days; but when I see that our Japanese poetry was never troubled by Buddhism or Confucianism, I am glad here to venture that the Western poetry would be better off by parting from Christianity, social reform and what not. I think it is time for them to live more of the passive side of Life and Nature so as to make the meaning of the whole of them perfect and clear, to value the beauty of inaction so as to emphasize action, to think of Death so as to make life more attractive, although I do not insist upon their conforming themselves, as we Japanese poets, with the stars, flowers and winds.

We treat poetry, though it may sound too ambitious to the Western mind, from the point of its use of uselessness; it rises, through a mysterious way, to the height of its peculiar worth, where its uselessness turns, lo, to usefulness. When one knows that the things useless are the things most useful under different circumstances (to give one example, a little stone lazy by a stream, which becomes important when you happen to hear its sermon), he will see that the aspect of uselessness in poetry is to be doubly valued since its usefulness is always born from it like the day out of the bosom of night; you cannot call it, I trust, merely a Japanese freakishness or vagary if we appear to you in the matter of poetry to make much ado about nothing. I dare say we have our own attitude toward poetry. I have no quarrel with one who emphasizes the immediate necessity of joining the hand of poetry and life; however, I wish to ask him the question what he means by the word life. It is my opinion that the larger part is builded upon the unreality by the strength of which the reality becomes intensified; when we sing of the beauty of night, that is to glorify, through the attitude of reverse, in the way of silence, the vigor and wonder of the day. Poetry should be meaningful; but there is no world like that of poetry in which the word "meaning" so often baffles; bewilders, disappoints us; I have seen enough examples of poems which appealed to me as meaningful and impressed another as hopelessly meaningless.

I deem it one of the literary fortunes, a happy happening but not an achievement, that till quite recently our Japanese poetry was never annoyed by fatigues, tormented by criticism; it was left perfectly at liberty to pursue its own free course and satisfy its old sweet will. The phenomenon that the literary part of criticism could find a congenial ground in Japan might make one venture to explain it from the point of our being whimsical, not philosophical; emotional, not intellectual; I have often thought that this mental lack might be attributed to the inconsistency of climate and sceneries, the general frailty and contradictions in our way of living. What I am thankful for is that it has never degenerated into mere literature; when the Western poetry is in the hand, so to say, of men of letters, the greatest danger will be found in the fact that they are often the prey of publication; it is true that the Western poets, minor or major or what not, have had always the thought of printing from early date till today. I know that at least in Japan the best poetry was produced in the age when publication was most difficult; I dare say that the modern opening of the pages for poets in the press and the easy publication of their work in independent books both in the West and the East, would never be the right way for the real encouragement of poetry. I read somewhere that a certain distinguished European actress declared that the true salvation of the stage should start with the destruction of all the theatres in existence; I should like to say well-nigh the same thing in regard to the real revival of poetry. Let the poets forget for once and all about publication, and let them live in poetry as the true poets of old day used to live. Indeed, to live in poetry is first and last. When one talks on the union of poetry and life, I am sure that so it should be in action and practice, not only in print; I have seen so many poets who only live between the covers and die when the ink fades away.

I often open the pages of hokku poems by Basho Matsuo and his life of fifty-one years; he gained moral strength from his complete rejection of worldly luxuries. He lived with and in poverty, to use the Japanese phrase, seishin or pure poverty; by whose blessing his single-minded devotion was well rewarded; of course it was the age when material poverty was not a particular inconvenience as today. I read somewhere in his life that he declined in the course of his pilgrimage to accept three ryo, (equivalent to seven or eight pounds in the present reckoning) the parting gift by his student, as he was afraid his mind would be disturbed by the thought that his sudden wealth might become an attraction for a thief; oh, what a difference from the modern poets who call for a better payment. He had one of his poetical students at Kaga, by the name of Hokushi, who sent him the following hokku poem when his house burned down:

It has burned down:
How serene the flowers in their falling!

The master Basho wrote to Hokushi, after speaking the words of condolence, that Kyorai and Joshi (his disciples) too had been struck with admiration by the poem beginning: "It has burned down"; and he continued: "There was in ancient time a poet who paid his own life as the price of a poem; I do not think that you will take your loss too much to heart when you get such a poem." When Basho said the above, I believe that his admiration for Hokushi was more on account of his attitude toward life's calamity than for the hokku poem itself; Hokushi did not study poetry in vain, I should say, when his own mind could keep serene like the falling flowers while seeing his house burn to ashes. That is the real poetry in action. With that action as a background, his poem, although it is slight in fact, bursts into a sudden light of dignity.

Indeed the main question is what is the real poetry of action for which silence is the language; to say the real poet is a part of nature does no justice, because he is able more often to understand nature better through the very reason of his not being a part of nature itself. It is his greatness to soar out of nature and still not ever to forget her, in one word, to make himself art itself. And how does he attain his own aim? Is it by the true conception of Taoism, the doctrine of Cosmic change or Mood of the Universe, of the Great Infinite or Transition? or is it through the Zennism, of whose founder, Dharuma, I wrote once as follows:

> *Thou lurest one into the presence of tree and hill;*
> *Thou blendest with the body of Nature old;*
> *List, Nature with the human shadow and song.*
> *With thee she seems so near and sure to me,*
> *I love and understand her more truly through thee:*
> *Oh magic of meditation, witchery of silence,-*
> *Language for which secret has no power:*
> *Oh vastness of the soul of night and death*
> *Where time and pains cease to exist.*

The main concern is how to regulate and arrange nature; before arranging and regulating nature, you have to regulate and arrange your own life. The thoughts of life and death, let me say, do not approach me; let me live in the mighty serenity of the Eternal! By the virtue of death itself, life grows really meaningful; let us welcome death like great Rikiu who being forced to hara-kiri by his master's suspicion, drank the "last tea of Rikiu" with his beloved disciples and passed into the sweet Unknown with a smile and song on his face for the very turn of the page.

When I think on my ideal poet, I always think about our old Japanese tea-masters who were the true poets, as I said before, of the true action; it was their special art to select and simplify nature, again to make her concentrate and emphasize herself according to their own thought and fancy. Let me tell you one story which impresses me still as quite a poetical revelation as when I heard it first.

Three or four tea-masters, the aestheticists of all aestheticists, headed by famous Rikiu, were once invited by Kwanpaku Hidetsugu, a feudal lord of the sixteenth century, to his early morning tea; the month was April, the day the twentieth whose yearning mind was yet struggling to shake off the gray-haired winter's despotism. The dark breezes like evil spirits who feared the approach of sunlight, were huddling around under the eaves of Hidetsugu's tea-house; within, there was no light.

And the silence was complete; then it was found that its old rhythm (Oh, what a melody) was now and then broken, no emphasized, by the silver voice of the boiling tea-kettle. No one among the guests ever spoke as the human tongue was thought to be out of place. The host, Kwanpaku Hidetsugu, was slow to appear on the scene; What stepped in most informally, with no heralding, was the Ariake no Tsuki, the faint shadow of the falling moon at early dawn, who came a thousand miles, through the perplexity of a thousand leaves, just enough to light a little hanging by the tokonoma, the shikishi paper tablet on which the following uta poem was written:

> *Where a cuckoo a-singing swayed,*
> *I raised my face, alas, to see*
> *The Ariake no Tsuki only remaining.*

All the guests were taken at once with admiration of the poem and the art of the calligrapher, famous Toika, who wrote it, and then of the art of the host, this feudal lord, whose aesthetic mind was minute and most fastidious in creating a particular atmosphere; and they soon agreed but in silence that the tea-party was especially held to introduce the poem or the calligrapher's art to them. And I should like to know where is a sweeter, more beautiful way than that to introduce the poem or picture to others; again, I should like to know where is a more beautiful, sweeter way than that to see or read the picture or poem. Great is the art of those old tea-masters who were the real poets of action.

There is the garden path called roji, so to say, the passage into self-illumination, leading from the without to the within, that is to say, the tea-house under the world-wearied grayness of age-unknown trees, by the solitary granite lanterns, solitary like a saint or a philosopher with the beacon light in heart; it is here that you have to forget the tumultuous seas of the world on which you must ride and play at moral equilibrium, and slowly enter into the teaism or the joy of aestheticism. Now I should like to know if our lives are not one long roji where, if you are wiser, you will attempt to create the effects or atmosphere of serenity or poetry by the mystery of silence. There are many great tea-masters who have left us words of suggestion how to beguile and lead our minds from the dusts and ruin of life into the real "roji mood" that is the blessing of shadowy dreams and mellow sweet unconsciousness of soul's freedom; I agree at once with Rikiu who found his own secret in the following old song:

> *I turned my face not to see*
> *Flowers or leaves.*
> *'Tis the autumn eve*
> *With the falling light:*

How solitary the cottage stands
By the sea!

Oh, vastness of solitariness, blessing of silence! Let me, like that Rikiu, step into the sanctuary of idealism by the twilight of loneliness, the highest of all poetry!

This same Rikiu left us another story which pleases my mind greatly. Shoan, his son, was once told by his father to sweep or clean the garden path as Rikiu, the greatest aestheticist with the tea-bowl, doubtless expected some guest on that day; Shoan finished in due course his work of sweeping and washing the stepping stones with water. "Try again," Rikiu commanded when he has seen what he had done. Shoan again swept the ground and again washed the stones with water. Rikiu exclaimed again: "Try once more." His son, though he did not really understand what his father meant, obeyed and once more swept the ground and once more washed the stepping stones with water. "You stupid fool," Rikiu cried almost mad, "sweeping and watering are not true cleaning. I will show you what is to be done with the garden path." He shook the maple trees to make the leaves fall, and decorate the ground with the gold brocade. "This is the real way of cleaning," Rikiu exclaimed in satisfaction. This little story always makes me pause and think. Indeed, to approach the subject through the reverse side is more interesting, often the truest. Let me learn of death to truly live; let me be silent to truly sing.

The Modern Review, September 1916, pp. 245-251

குறிப்பு: பாரதியின் 'ஜப்பானியக் கவிதை' கட்டுரைக்கு அடிப்படையாக அமைந்த ஜப்பானியக் கவிஞரின் கட்டுரை.

பிற்சேர்க்கை 5

Sir Rabindranath Tagore in Japan

Mr. Yone Noguchi, the famous Japanese author, writes to us in a private letter, as we also learn from some Japanese papers, that Sir Rabindranath Tagore has been receiving a wonderful reception in the Land of the Rising Sun. On his arrival at Kobe on board the Tosa-maru, where he first touched Japanese land, he was interviewed by press representatives. A Japanese paper says that he stated to his interviewers that he had had a very pleasant voyage, except for one day in the Bay of Bengal, where the ship had to pass through a cyclone of great violence. The wind was blowing at 120 miles an hour, and it was regarded as the worst storm within living experience in that region. Sir Rabindranath Tagore praised the Captain and officers very much indeed for the splendid way in which they had handled the ship during the storm. The ship at one time came near the centre of the cyclone. The Tosa-maru actually got through the cyclone better than any other boat. The rest of the voyage was in delightful weather and the poet was able to get a considerable amount of his literary work done on board. He told his interviewers that his habits were retired and solitary, and that he wished to be as free from public meetings during his visit as possible. He wished especially to see all he could of Buddhism in Japan, and to live for some time, if that were possible, in a Buddhist monastery. He wished also to study the people of Japan, in the country, rather than in the towns; for he had been used to country life in India and understood the country people best.

After his stay in Tokyo the poet hoped to go to some retired part of Japan, and there study the village life and continue his literary work. He has taken with him a young artist from India who has been taught by the poet's nephew, Abanindra Nath Tagore. He will study Japanese brush-work while in that country and Japanese art in general.

Mr. Shumei Okawa, writes to us from Tokio: "Since his arrival here he was the guest of honour at many a well-attended reception given by the leading Japanese including H.E. Count Okuma, The Premier of Japan. The Indian residents of Japan also entertained the poet in Kobe and Yokohama." There was a dinner given to him by the leading journalists. We are indebted to Mr. Okawa for the following extracts from two of the leading Japanese daily papers:

"The Tokio Mainichi," commenting on the Indian poet Tagore who is visiting Japan, says that Japan owes to India much in thought. India was civilized early while yet Japan was uncivilized. Indian ideas have influenced the world much. Even Plato received inspiration from India. Schopenhaur and Swedenborg were affected by Indian thought. Japan received the Indian civilization through Korea and China. We must repay our debts to India. We ought to receive Tagore with our whole heart.

"The Yorodzu" says that Sir Rabindranath Tagore, who landed in Japan yesterday, will be welcomed here by the literary world of this country, to which he will give life. The editor reviews the thought of Tagore and says that he stands for harmonization of life and poetry. His influence will be very much appreciated here. Japan owes India much in ideas.

Rabindranath's Bengali Speech in Japan

That the greatest of Bengali authors made a speech in Bengali in Japan was quite in the fitness of things. The following paragraphs relating to the address are taken from the *Kobe Herald*:

Tagore Under The Trees At Uyeno
Sage, Speaking In Bengali, Gives Warning To Japan

A public welcome for Sir Rabindranath Tagore took place at the Kaneiji, in Uyeno Park, on the 13th inst., when over two hundred prominent men were present, including Count Okuma, Dr. Takata, Minister of Education, Mr. Kono, Minister of Agriculture and Commerce, Dr. Baron Yamakawa of the Imperial University and Dr. Okuda, Mayor of Tokio. The host of the day, says *The Far East*, was Chief Abbot Hioki, head of the Soto sect. The temple was appropriate for the occasion, situated as it is in the thick wood of the ancient park. In reply to an address of welcome, the poet said at the outset that he did not speak Japanese, while English was not the native language of the Japanese, and inasmuch as the poet himself was not quite at home in the borrowed language, he preferred to speak in his native tongue in the presence of his Japanese friends.

This Bengali speech was translated by Prof. Kimura into Japanese, and was to the effect that the poet was disappointed on his arrival at

Kobe, for everything that greeted his eye was pure imitation of the West. It was when he reached Shizuoka that he felt that he had come to Japan, for a Japanese priest was at the station to meet him, burning fragrant incense, while his hands were joined together when speaking to the Indian visitor. There were two antagonistic currents in the country, new Japan and old Japan, and it was his ardent desire that Japan would cherish what was her own.

Count Okuma then delivered a speech, and much amusement was aroused by the veteran mistaking the Bengali address for English. The Prime Minister said that he could hardly understand English, yet wished to express the sense of his gratitude to the sage of India for his timely visit and for giving very sound warning, for Japan stood at the present time at the parting of the ways in her inner life, and the world of thought faced a turning point. Dr. Takakusu closed the meeting with a few appropriate remarks. The speeches were followed by a real vegetarian dinner and the waiters on the occasion were students of a Buddhist school.

A Japanese on Rabindranath

"A Japanese" writes to a paper published in Japan:

To think that among the Orientals whom the Europeans are inclined more or less to despise in matters relating to the mind there should be one who has raised himself to a world-wide fame never dreamt of by the Orientals, is no doubt at once flattering and elating to the Japanese, and a large part of the enthusiasm with which Tagore is received on his present visit to us, I am inclined to attribute to this. The Japanese who thought that things Oriental are already out of date have found in Tagore an example of how even Orientals can be the subject of respect, if not worship, throughout the world, and in this sense the Japanese have reason to be grateful to Tagore.

I hear from my book-store keeper that with the name of Tagore surprising the ears of the Japanese a few years ago, there has been an increasing demand for Sanscrit grammars.

The Gratitude of Asia to Japan

Sir Rabindranath Tagore delivered a lecture on "The Message of India to Japan" at the Imperial University of Tokyo on June 12 last. *The Japan Advertiser* reports, that the audience "filled to overflowing the auditorium of the Imperial University." "The audience," says the same paper, "was composed mostly of Japanese, professors and students, but there were a large number of foreigners present, including a large proportion of women. The lecture was punctuated by frequent outbursts of applause, and the great poet held his hearers intent throughout his talk." He began by speaking of Asia's gratitude to Japan and the reasons therefor.

'The first thing which is uppermost in my heart is the feeling of gratitude which we all owe to you, – we whose home is in Asia. The worst form of bondage is the bondage of dejection which keeps men hopelessly chained in loss of faith in themselves. We have been repeatedly told, with some justification, that Asia lives in the past, – it is like a rich mausoleum which displays all its magnificence in trying to immortalise the dead. It was said of Asia that it could never move in the path of progress, its face was so inevitably turned backwards. We accepted this accusation and came to believe it. In India. I know, a large section of our educated community, grown tired of feeling the humiliation of this charge against us is trying all its resources of self-deception to turn it into a matter of boasting. But boasting is only a masked shame, it does not truly believe in itself.

'When things stood still like this and we in Asia hypnotised ourselves into the belief that it could never by any possibility be otherwise, Japan rose from her dreams, and in giant strides left centuries of inaction behind overtaking the present time in its foremost goal. This has broken the spell under which we lay in torpor for ages, taking it to be the normal condition of certain races living in certain geographical limits. We forgot that in Asia great kingdoms were founded, philosophy, science, arts and literatures flourished, and all the great religions of the world had their cradles. Therefore it cannot be said that there is anything inherent in the soil and climate of Asia that produces mental inactivity and atrophies the faculties which impel men to go forward. For centuries we did hold the torch of civilisation in the East when the West slumbered in darkness and that could never be the sign of sluggish mind or narrowness of vision.'

Japan Both New and Old

Sir Rabindranath then described how Japan was both old and new, and how valuable is her legacy of ancient culture from the East.

'The truth is that Japan is old and new at the same time. She has her legacy of ancient culture from the East, – the culture that enjoins man to look for his true wealth and power in his inner soul, the culture that gives self-possession in the face of loss and danger, self-sacrifice without counting the cost or hoping for gain, defiance of death, acceptance of countless social obligations that we owe to man as a social being, – the culture that has given us the vision of the infinite in all finite things, through which we have come to realise that the universe is living with a life and permeated with a soul, that it is not a huge machine which had been turned out by a demon of accident or fashioned by a teleological God who lives in a far away heaven. In a word modern Japan has come out of the immemorial East like a lotus blossoming in an easy grace, all the while keeping its firm hold upon the profound depth from which it has sprung.

'And Japan, the child of the Ancient East, has also fearlessly claimed all the gifts of the modern age for herself. She has shewn her bold spirit in breaking through the confinements of habits, useless accumulations of the lazy mind, seeking safety in its thrift and its lock and keys. Thus she has come in contact with the living time and has accepted with an amazing eagerness and aptitude the responsibilities of modern civilisation.'

Japan's Teaching

What has Japan to teach us? Let the Poet reply.

'This it is which has given heart to the rest of Asia. We have seen that the life and the strength are there in us, only the dead crust has to be removed; that we must nakedly take our plunge into the youth-giving stream of the time-flood. We have seen that taking shelter in the dead is death itself, and only taking all the risk of life to the fullest extent is living.

'Japan has taught us that we must learn the watchword of the age, in which we live, and answer has to be given to the sentinel of time, if we must escape annihilation. Japan has sent forth her word over Asia, that the old seed has the life germ in it, only it has to be planted in the soil of the new age.'

Japan No Mere Imitator

The Poet does not believe that Japan has become strong merely by imitation.

'I, for myself, cannot believe that Japan has become what she is by imitating the West. We cannot imitate life, we cannot simulate strength for long, nay, what is more, imitation is a source of weakness. For it pampers our true nature, it is always in our way. It is like dressing our skeleton with another man's skin, giving rise to eternal feuds between the skin and the bones at every movement.

'The real truth is that science is not man's nature, it is mere knowledge and training. By knowing the laws of the material universe you do not change your deeper humanity. You can borrow knowledge from others, but you cannot borrow temperament.

'But in the first incertitude of new knowledge we not only try to learn but we try to imitate. That is to say, with the science that we acquire we try the impossible feat of acquiring the teacher of science himself, who is the product of a history not our own. But in that vain attempt we merely copy his manners and mannerisms, those outer forms which are expressions of his historical identity, having their true meaning only with regard to himself. Of course there are forms which are not merely personal but universal, not historical but scientific, and these can be and have been borrowed by one nation from the other with great advantage.'

The Modern Review, August 1916, pp. 229-233

குறிப்பு: பாரதியின் 'லோக குரு' கட்டுரையின் முதன்மைப் பகுதிக்கு அடிப்படையாக அமைந்த பதிவுகள்.

பிற்சேர்க்கை 6

Sanskrit in Japan

In no land outside of India has Sanskrit been cultivated so long and nowhere is it now so widely taught as in Japan, says the "Herald of Asia." Exactly when it began to be studied, it is impossible to say. It may, however, be stated in a general way that it came to Japan with the religion of Buddha early in the 6th century. History tells us that about the middle of the 7th century there were a few Japanese priests studying Sanskrit at the Buddhist Translation Institute in China under the well-known traveller and scholar Hiuen Tsang and his disciples.

But the serious and extensive study of Sanskrit among the Japanese dates from the arrival in Japan of two Indian Buddhists, Bodhisena and Fattriet, in the year 735. They had been staying in the capital of China for some time, when they fell in with the members of a periodical diplomatic mission from Japan, in whose train they crossed over to that country.

Impetus to Study

The presence of these Indians gave such impetus to the study of Sanskrit, that there began to rise a school of investigators some of whom rose to high positions in the Buddhist hierarchy not only of Japan but of China. It is, for instance, recorded in history that a Japanese priest named Reisen went to China in the retinue of Koko Daishi in 805, and being a competent Sanskrit scholar he was in course of time appointed Director of the Buddhist Translation Institute. In collaboration with an Indian Priest, Prajna by name, he completed the translation of a Buddhist sutra which is known as Shinchi Kwangyo and still remains a standard work in its field. Reisen spent the rest of his life in China, honoured and respected by all sections of the community. He was by no means the only Japanese scholar of Sanskrit who worked and died in China. Several others did the same. One of these was Kongo, who, starting from China in 814, visited India, and after a short sojourn returned to China, doubtless laden with much valuable information.

Another Japanese visitor to India in those early days was no less a personage than Prince Takaoka, heir-apparent to the Emperor Saga. He was not, however, destined to go beyond Laos in Cochin-China, where, sad to relate, he fell ill and died with his devout scheme unfulfilled.

Sanskrit Manuscripts

Since the advent of Sanskrit in Japan down to the end of the Tokugawa period, an interval of about twelve hundred years, it is computed that that country produced more than three hundred Sanskrit scholars worthy of the name. They undoubtedly wrote much on Sanskrit grammar and other subjects. Much has, however, been lost through war and other causes, and about 150 volumes represent the whole amount of the fruits of their scholarship now extant. Besides, there have been preserved a large mass of Sanskrit manuscripts, documents, and tablets, originally brought from India direct, or through China. They are all of value as specimens of Indian palaeography, while some are of still greater scientific importance.

Among those belonging to the latter category, are the famous palm leaf manuscripts of the Horyuji Temple, edited and published by Max Muller at Oxford, which are the oldest writings of the kind now extant in any country. Quite recently a palm leaf belonging to the same age (the 5th century) was discovered at the Chion-in, Kyoto. There are preserved other old materials of scarcely less importance at temples like the Horyuji, Kokiji and Kairyu-oji, in Yamato; the Miidera and Saikyoji, in Omi; and those at Koyasan. The Japanese store of ancient Indian manuscripts and documents has recently been considerably augmented by the collections brought home by Dr. Junjiro Takakusu and Reverend Dkai Kawaguchi. All these materials are now being examined and studied under the supervision of Dr. Takakusu, the acknowledged doyen of Sanskrit scholars in Japan. The results of his labours, we learn, will be shortly given to the public.

Sanskrit Professors

The new era of learning ushered in by the Restoration of 1868, naturally revived interest in the study of Sanskrit. Recognizing the importance of the modern method of critical study, a number of promising young men have been sent to various European universities during the past forty years. As a result there is now in Japan a group of very able Sanskritists of European training. To mention some of them, there are Dr. Bunyu Nanjo, of the Higashi Hongwanji; Professor Dr. Junjiro Takakusu, Dr. Wogihara, and Professor Dr. Anesaki, of the Tokio Imperial University; Dr. Sakaki, of the Kyoto Imperial University; Dr. Watanabe, of the Jodo Sect. Of these, Dr. Wogihara and Dr. Watanabe studied at Strasburg under Professor Leumnann, while the others mostly studied at Oxford under Max Muller. Sanskrit is taught at the two Imperial Universities of Tokio and Kyoto and at seven of the colleges maintained by various denominations of Buddhism. The number of students now attending the Sanskrit classes at the Imperial Universities is about sixty altogether, while at the Buddhist institutions they are numbered by the hundred.

Japan and India

The increased study of Sanskrit and Indian thought in Japan cannot fail to have far-reaching influence upon the mental and spiritual life of the Japanese. Through the difficult and complicated structure of Sanskrit they are introduced to a world of thought and feelings peculiarly congenial to their spirit; at every step of their hard won advance they recognize familiar shapes of old friends. All this shows how deep is their past spiritual indebtedness to India and how closely they are allied to the people of this country in all the essentials of inner life. The inevitable result of the increasing dissemination of a knowledge of Sanskrit among them ought to deepen the community of sentiment and sympathy between the peoples of India and Japan to their natural benefit.

We think our Sanskritists should open communication with Japanese Sanskritists, and facsimiles of all old Sanskrit manuscripts, documents and tablets should be obtained for our principal public, University and College libraries. The Hindu University should pay particular attention to this matter.

The Modern Review, October 1916, pp. 459, 460

குறிப்பு: பாரதியின் 'பருந்துப் பார்வை' கட்டுரையுள் இடம்பெற்ற 'ஜப்பானில் ஸம்ஸ்கிருதப் படிப்பு' பகுதிக்கு அடிப்படையாக அமைந்த பதிவுகள்.

பிற்சேர்க்கை 7

The Spirit of Japan

Sir Rabindranath Tagore

ONE morning the whole world looked up in surprise, when Japan broke through her walls of old habits in a night and came out triumphant. It was done in such an incredibly short time, that it seemed like a change of dress and not like the slow building up of a new structure. She showed the confident strength of maturity and the freshness and infinite potentiality of new life at the same moment. The fear was entertained that it was a mere freak of history, a child's game of Time, the blowing up of a soap bubble, perfect in its rondure and colouring, hollow in its heart and without substance. But Japan has proved conclusively that this sudden revealment of her power is not a shortlived wonder, a chance product of time and tide, thrown up from the depth of obscurity to be swept away the next moment into the sea of oblivion.

The truth is that Japan is old and new at the same time. She has her legacy of ancient culture from the East,—the culture that enjoins man to look for his true wealth and power in his inner soul, the culture that gives self-possession in the face of loss and danger, self-sacrifice without counting the cost or hoping for gain, defiance of death, acceptance of countless social obligations that we owe to man as a social being,—the culture that has given us the vision of the infinite in all finite things, through which we have come to realise that the universe is living with a life and permeated with a soul, that it is not a huge machine which had been turned out by a demon of accidence or fashioned by a teleological God who lives in a far away heaven. In a word modern Japan has come out of the immemorial East like a lotus blossoming in an easy grace, all the while keeping its firm hold upon the profound depth from which it has sprung.

And Japan, the child of the Ancient East, has also fearlessly claimed all the gifts of the modern age for herself. She has shewn her bold spirit in breaking through the confinements of habits, useless accumulations of the lazy mind, seeking safety in its thrift and its lock and keys. Thus she has come in contact with the living time and has accepted with an amazing eagerness and aptitude the responsibilities of modern civilisation.

This it is which has given heart to the rest of Asia. We have seen that the life and the strength are there in us, only the dead crust has to be removed; that we must nakedly take our plunge into the youth-giving stream of the time-flood. We have seen that taking shelter in the dead is death itself, and only taking all the risk of life to the fullest extent is living.

Japan has taught us that we must learn the watchword of the age, in which we live, and answer has to be given to the sentinel of time, if we must escape annihilation. Japan has sent forth her word over Asia, that the old seed has the life germ in it, only it has to be planted in the soil of the new age.

I, for myself, cannot believe that Japan has become what she is by imitating the West. We cannot imitate life, we cannot simulate strength for long, nay, what is more, a mere imitation is a source of weakness. For it hampers our true nature, it is always in our way. It is like dressing our skeleton with another man's skin, giving rise to eternal feuds between the skin and the bones at every movement.

I have not had the opportunity of coming into intimate touch with Japan and forming my own opinion of what she truly is, where is her strength and where lie her dangers. For a person like myself belonging to the East, her present problems and her methods of solution of those problems are matters of utmost interest. The whole world waits to see what this great Eastern nation is going to do with the opportunities and responsibilities she has accepted from the hands of the modern time. If it be a mere reproduction of the West, then the great expectation she has raised will remain unfulfilled. For there are grave questions that the Western civilisation has presented before the world but not completely answered. The conflict between the individual and the state, labour and capital, the man and the woman; the conflict between the greed of material gain and the spiritual life of man, the organised selfishness of nations and the higher ideals of humanity; the conflict between all the ugly complexities inseparable from giant organisations of commerce and state and the natural instincts of man crying for simplicity and beauty and fullness of leisure, – all these have to be brought to a harmony in a manner not yet dreamt of.

We have seen this great stream of civilisation choking itself from debris carried by its innumerable channels. We have seen that with all its vaunted love of humanity it has proved itself the greatest menace to Man, far worse than the sudden outbursts of nomadic barbarism from which men suffered in the early ages of history. We have seen that, in spite of its boasted love of freedom, it has produced worse forms of slavery than ever were current in earlier societies, - slavery whose chains are unbreakable, either because they are unseen, or because they assume the names and appearance of freedom. We have seen, under the spell of its gigantic sordidness, man losing faith in all the heroic ideals of life which have made him great.

Therefore you cannot with a light heart accept the modern civilisation with all its tendencies, methods and structures, and dream that they are inevitable. You must apply your Eastern mind, your spiritual strength, your love of simplicity, your recognition of social obligation, in order to cut out a new path for this great unwieldy car of progress, shrieking out its loud discords as it runs. You must minimise the immense sacrifice of man's life and freedom that it claims in its every movement. For generations you have felt and thought and worked, have enjoyed and worshipped in your own special manner; and this cannot be cast off like old clothes. It is in your blood, in the marrow of your bones, in the texture of your flesh, in the tissue of your brains; and it must modify everything you lay your hands upon, without your knowing, even against your wishes. Once you did solve the problems of man to your own satisfaction, you had your philosophy of life and evolved your own art of living. All this you must apply to the present situation and out of it will arise a new creation and not a mere repetition, a creation which the soul of your people will own for itself and proudly offer to the world as its tribute to the welfare of man. Of all countries in Asia, here in Japan you have the freedom to use the materials you have gathered from the West according to your genius and your need. You are fortunately not hampered from the outside, therefore your responsibility is all the greater, for in your voice Asia shall answer the questions that Europe has submitted to the conference of Man. In your land the experiments will be carried on by which the East will change the aspects of the modern civilisation, infusing life in it where it is a machine, substituting human heart for cold expediency, not caring so much for power and success as for harmonious and living growth, for truth and beauty.

I cannot but bring to your mind those days when the whole of Eastern Asia from Burma to Japan was united with India in the closest tie of friendship, the only natural tie which can exist between nations. There was a living communication of hearts, a nervous system evolved through which messages ran between us about the deepest needs of humanity. We did not stand in fear of each other, we had not to arm ourselves to keep each other in check; our relation was not that of self-interest, of exploration and spoliation of each other's pockets; ideas and ideals were exchanged, gifts of the highest love were offered and taken; no difference of languages and customs hindered us in approaching each other heart to heart; no pride of race or insolent consciousness of superiority, physical or mental, marred our relation; our arts and literatures put forth new leaves and flowers under the influence of this sunlight of united hearts; and races belonging to different lands and languages and histories acknowledged the highest unity of man and the deepest bond of love. May we not also remember that in those days of peace and goodwill, of men uniting for those supreme ends of life, your nature laid by for itself the balm of immortality which has helped your people to be born again in a new age, to be able to survive its old outworn structures and take on a new young body, to come out unscathed from the shock of the most wonderful revolution that the world has ever seen? I cannot help thinking that it is only the divine in man that can perform this miracle of transmuting the old into the new, the weak into the strong, the insult into a glorious victory. And that divine in you was born, not in these sordid days of screeching machinery and gigantic selfishness, not amidst the blatant lies of statecraft and the smug self-satisfaction of prosperous hypocrisy, but in the dawn-light of that heroic manhood when heaven came nearer the earth, and man had faith in his own soul and the soul whose revelation is the world.

What has impressed me most in this country is the conviction that you have realised nature's secrets, not by methods of analytical knowledge, but by sympathy. You have known her language of lines and music of colours, the symmetry in her irregularities, and the cadence in her freedom of movements; you have seen how she leads her immense crowds of things yet avoids all frictions; how the very conflicts in her creations break out in dance and music; how her exuberance has the aspect of the fullness of self-abandonment, and not a mere dissipation of display. You have discovered that nature reserves her power in forms of beauty; and it is this beauty which, like a mother, nourishes all the giant forces at her breast, keeping them in active vigour, yet in repose. You have known that energies of nature save themselves from wearing out by the rhythm of a perfect grace, and that she with the tenderness of her curved lines takes away fatigue from the world's muscles. I have felt that you have been able to assimilate these secrets into your life, and the truth which lies in the beauty of all things has passed into your souls. A mere knowledge of things can be had in a short enough time, but their spirit can only be acquired by centuries of training and self-control. Dominating nature from outside is a much simpler thing than making her your own in love's delight, which is a work of true genius.

Your race has shown that genius, not by acquirements, but by creation; not by display of things, but by manifestation of its own inner being. This creative power there is in all nations, and it is ever active in getting hold of men's natures and giving them a form according to its ideals. But here, in Japan, it seems to have achieved its success, and deeply sunk into the minds of all men, and permeated their muscles and nerves. Your instincts have become true, your senses keen, and your hands have acquired natural skill. The genius of Europe has given her people the power of organisation, which has specially made itself manifest in politics and commerce and in coordinating scientific knowledge. The genius of Japan has given you the vision of beauty in nature and the power of realising it in your life. And, because of this fact, the power of organisation has come so easily to your help when you needed it. For the rhythm of beauty is the inner spirit, whose outer body is organisation.

All particular civilisation is the interpretation of particular human experience. Europe seems to have felt emphatically the conflict of things in the universe, which can only be brought under control by conquest. Therefore she is ever ready for fight, and the best portion of her attention is occupied in organising forces. But Japan has felt, in her world, the touch of some presence, which has evoked in her soul a feeling of reverent adoration. She does not boast of her mastery of nature, but to her she brings, with infinite care and joy, her offerings of love. Her relationship with the world is the deeper relationship of heart. This spiritual bond of love she has established with the hills of her country, with the sea and the streams, with the forests in all their flowery moods and varied physiognomy of branches; she has taken into her heart and the rustling whispers and sighing of the woodlands and sobbing of the waves; the sun and the moon she has studied in all the modulations of their lights and shades, and she is glad to close her shops to greet the seasons in her orchards and gardens and cornfields. This opening of the heart to the soul of the world is not confined to a section of your privileged classes, it is not the forced product of exotic culture, but it belongs to all your men and women of all conditions. This experience of your soul, in meeting a personality in the heart of the world, has been embodied in your civilisation. It is civilisation of human relationship. Your duty towards your state has naturally assumed the character of filial duty, your nation becoming one family with your Emperor as its head. Your national unity has not been evolved from the comradeship of arms for defensive and offensive purposes, or from partnership in raiding adventures, dividing among each member the danger and spoils of robbery. It is not an outcome of the necessity of organisation for some ulterior purpose, but it is an extension of the family and the obligations of the heart in a wide field of space and time.

And this has made me all the more apprehensive of the change, which threatens Japanese civilisation, as something like a menace to one's own person. For the huge heterogeneity of the modern age, whose only common bond is usefulness, is nowhere so pitifully exposed against the dignity and hidden power of reticent beauty, as in Japan.

But the danger lies in this, that organised ugliness storm the mind and carries the day by its mass, by its aggressive persistence, by its power of mockery directed against the deeper sentiments of heart. Its harsh obtrusiveness makes it forcibly visible to us, overcoming our senses, – and we bring to its altar sacrifices as does a savage to the fetish which appears powerful because of its hideousness. Therefore its rivalry to things that are modest and profound and have the subtle delicacy of life is to be dreaded.

I am quite sure that there are men in your nation, who are not in sympathy with your national ideals; whose object is to gain, and not to grow. They are loud in their boast, that they have modernised Japan. While I agree with them so far as to say, that the spirit of the race should harmonise with the spirit of the time, I must warn them that modernising is a mere affectation of modernism, just as affectation of poesy is poetising. It is nothing but mimicry, – only affectation is louder than the original, and it is too literal. One must bear in mind, that those who have the true modern spirit need not modernise, just as those who are truly brave are not braggarts. Modernism is not in the dress of the Europeans; or in the hideous structures, where their children are interned when they take their lessons; or in the square houses with flat straight wall-surfaces, pierced with parallel lines of windows, where these people are caged in their lifetime; certainly modernism is not in their ladies' bonnets, carrying on them loads of incongruities. These are not modern, but merely European. True modernism is freedom of mind, not slavery of taste. It is independence of thought and action, not tutelage under European school-masters. It is science, but not its wrong application in life, – a mere imitation of our science teachers who reduce it into a superstition absurdly invoking its aid for all impossible purposes.

I do not for a moment suggest, that Japan should be unmindful of acquiring modern weapons of self-protection. But this should never be allowed to go beyond her instinct of self-preservation. She must know that the real power is not in the weapons themselves, but in the man who wields those weapons; and when he, in his eagerness for power, multiplies his weapons at the cost of his own soul, then it is he who is in even greater danger than his enemies.

Things that are living are so easily hurt; therefore they require protection. In nature, life protects itself within coverings, which are built with life's own material. Therefore they are in harmony with life's growth, or else when the time comes they easily give way and are forgotten. The living man has his true protection in his spiritual ideals, which have their vital connection with his life and grow with his growth. But, unfortunately, all his armour is not living, – some of it is made of steel, inert and mechanical. Therefore, while making use of it, man has to be careful to protect himself from its tyranny. If he is weak enough to grow smaller to fit himself to his covering, then it becomes a process of gradual suicide by shrinkage of the soul. And Japan must have a firm faith in the moral law of existence to be able to assert to herself, that the Western nations are following that path of suicide, where they are smothering their humanity under the immense weight of organisations in order to keep themselves in power and hold others in subjection.

Therefore I cannot think that the imitation of the outward aspects of the West, which is becoming more and more evident in modern Japan, is essential to her strength or stability. It is burdening her true nature and causing weakness, which will be felt more deeply as time goes on. The habits, which are being formed by the modern Japanese from their boyhood, – the habits of the Western life, the habits of the alien culture, – will prove, one day, a serious obstacle to the understanding of their own true nature. And then, if the children of Japan forget their past, if they stand as barriers, choking the stream that flows from the mountain peak of their ancient history, their future will be deprived of the water of life that has made her culture so fertile with richness of beauty and strength.

What is still more dangerous for Japan is not this imitation of the outer features of the West, but the acceptance of the motive force of the Western civilisation as her own. Her social ideals are already showing signs of defeat at the hands of politics, and her modern tendency seems to incline towards political gambling in which the players stake their souls to win their game. I can see her motto, taken from science, "Survival of the Fittest," writ large at the entrance of her present-day history—the motto whose meaning is, "Help yourself, and never heed what it costs to others"; the motto of the blind man, who only believes in what he can touch, because he cannot see. But those who can see, know that men are so closely knit, that when you strike others the blow comes back to yourself. The moral law, which is the greatest discovery of man, is the discovery of this wonderful truth, that man becomes all the truer, the more he realises himself in others. This truth has not only a subjective value, but is manifested in every department of our life. And nations, who sedulously cultivate moral blindness as the cult of patriotism, will end their existence in a sudden and violent death. In past ages we had foreign invasions, there had been cruelty and bloodshed, intrigues of jealousy and avarice, but they never touched the soul of the people deeply; for the people, as a body, never participated in these games. They were merely the outcome of individual ambitions. The people themselves, being free from the responsibilities of the baser and more heinous side of those adventures, had all the advantage of the heroic and the human disciplines derived from them. This developed their unflinching loyalty, their single-minded devotion to the obligations of honour, their power of complete self-surrender and fearless acceptance of death and danger. Therefore the ideals, whose seats were in the hearts of the people, would not undergo any serious change owing to the policies adopted by the kings or generals. But now, where the spirit of the Western civilisation prevails, the whole people is being taught from boyhood, to foster hatreds and ambitions by all kinds of means, – by the manufacture of half-truths and untruths in history, by persistent misrepresentation of other races and the culture of unfavourable sentiments towards them, by setting up memorials of events, very often false, which for the sake of humanity should be speedily forgotten, thus continually brewing evil menace towards neighbours and nations other than their own. This is poisoning the very fountain-head of humanity. It is discrediting the ideals, which were born of the lives of men, who were our greatest and best. It is holding up gigantic selfishness as the one universal religion for all nations of the world. We can take anything else from the hands of science, but not this elixir of moral death. Never think for a moment, that the hurts you inflict upon other races will not infect you, and the enmities you sow around your homes will be a wall of protection to you for all time to come. To imbue the minds of a whole people with an abnormal vanity of its own superiority, to teach it to take pride in its moral callousness and ill-begotten wealth, to perpetuate humiliation of defeated nations by exhibiting trophies won from war, and using these in schools in order to breed in children's minds contempt for others, is imitating the West where she has a festering sore, whose swelling is a swelling of disease eating into its vitality.

Our food crops, which are necessary for our sustenance, are products of centuries of selection and care. But the vegetation, which we have not to transform into our lives, does not require the patient thoughts of generations. It is not easy to get rid of weeds; but it is easy, by process of neglect, to ruin your food crops and let them revert to their primitive state of wildness. Likewise the culture, which has so kindly adapted itself to your soil, – so intimate with life, so human, – not only needed tilling and weeding in past ages, but still needs anxious work and watching. What is merely modern, – as science and methods of organisation, – can be transplanted; but what is vitally human has fibres so delicate, and roots so numerous and far reaching, that it dies when moved from its soil. Therefore I am afraid of the rude pressure of the political ideals of the West upon your own. In political civilisation, the state is an abstraction and relationship of men utilitarian. Because it has no roots in sentiments, it is so dangerously easy to handle. Half a century has been enough for you to master this machine; and there are men among you, whose fondness for it exceeds their love for the living ideals which were born with the birth of your nation and nursed in your centuries. It is like a child, who, in the excitement of his play, imagines he likes his playthings better than his mother.

Where man is at his greatest, he is unconscious. Your civilisation, whose main-spring is the bond of human relationship, has been nourished in the depth of a healthy life beyond reach of prying self-analysis. But a mere political relationship is all conscious; it is an eruptive inflammation of aggressiveness. It has forcibly burst upon your notice. And the time has come, when you have to be roused into full consciousness of the truth by which you live, so that you may not be taken unawares. The past has been God's gift to you; about the present, you must make your own choice.

So the questions you have to put to yourselves are these, — "Have we read the world wrong, and based our relation to it upon an ignorance of human nature? Is the instinct of the West right, where she builds her national welfare behind the barricade of a universal distrust of humanity?"

You must have detected a strong accent of fear, whenever the West has discussed the possibility of the rise of an Eastern race. The reason of it is this, that the power, by whose help she thrives, is an evil power; so long as it is held on her own side she can be safe, while the rest of the world trembles. The vital ambition of the present civilisation of Europe is to have the exclusive possession of the devil. All her armaments and diplomacy are directed upon this one object. But these costly rituals for invocation of the evil spirit lead through a path of prosperity to the brink of cataclysm. The furies of terror, which the West has let loose upon God's world, come back to threaten herself and goad her into preparations of more and more frightfulness; this gives her no rest and makes her forget all else but the perils that she causes to others and incurs herself. To the worship of this devil of politics she sacrifices other countries as victims. She feeds upon their dead flesh and grows fat upon it, so long as the carcasses remain fresh, — but they are sure to rot at last, and the dead will take their revenge, by spreading pollution far and wide and poisoning the vitality of the feeder. Japan had all her wealth of humanity, her harmony of heroism and beauty, her depth of self-control and richness of self-expression; yet the Western nations felt no respect for her, till she proved that the bloodhounds of Satan are not only bred in the kennels of Europe, but can also be domesticated in Japan and fed with man's miseries. They admit Japan's equality with themselves, only when they know that Japan also possesses the key to open the floodgate of hell-fire upon the fair earth, whenever she chooses, and can dance, in their own measure, the devil dance of pillage, murder, and ravishment of innocent women, while the world goes to ruin. We know that, in the early stage of man's moral immaturity, he only feels reverence for the god whose malevolence he dreads. But is this the ideal of man which we can look up to with pride? After centuries of civilisation nations fearing each other like the prowling wild beasts of the night time; shutting their doors of hospitality; combining only for purpose of aggression or defence; hiding in their holes their trade secrets, state secrets, secrets of their armaments; making peace offerings to the barking dogs of each other with the meat which does not belong to them; holding down fallen races struggling to stand upon their feet; counting their safety only upon the feebleness of the rest of humanity; with their right hands dispensing religion to weaker peoples, while robbing them with their left, – is there anything in this to make us envious? Are we to bend our knees to the spirit of this civilisation, which is sowing broadcast over all the world seeds of fear, greed, suspicion, unashamed lies of its diplomacy, and unctuous lies of its profession of peace and good-will and universal brotherhood of Man? Can we have no doubt in our minds, when we rush to the Western market to buy this foreign product in exchange for our own inheritance? I am aware how difficult it is to know one's self; and the man, who is intoxicated, furiously denies his drunkenness; yet the West herself is anxiously thinking of her problems and trying experiments. But she is like a glutton, who has not the heart to give up his intemperance in eating, and fondly clings to the hope that he can cure his nightmares of indigestion by medicine. Europe is not ready to give up her political inhumanity, with all the baser passions of man attendant upon it; she believes only in modification of systems, and not in change of heart.

We are willing to buy their machine-made systems, not with our heart, but with our brains. We shall try them and build sheds for them, but not enshrine them in our homes, or temples. There are races, who worship the animals they kill; we can buy meat from them, when we are hungry, but not the worship which goes with the killing. We must not vitiate our children's minds with the superstition, that business is business, war is war, politics is politics. We must know that man's business has to be more than mere business, and so have to be his war and politics. You had your own industry in Japan; how scrupulously honest and true it was, you can see by its products, – by their grace and strength, their conscientiousness in details, where they can hardly be observed. But the tidal wave of falsehood has swept over your land from that part of the world, where business is business, and honesty is followed in it merely as the best policy. Have you never felt shame, when you see the trade advertisements, not only plastering the whole town with lies and exaggerations, but invading the green fields, where the peasants do their honest labour, and the hill-tops, which greet the first pure light of the morning? It is so easy to dull our sense of honour and delicacy of mind with constant abrasion, while falsehoods stalk abroad with proud steps in the name of trade, politics and patriotism, that any protest against their perpetual intrusion into our lives is considered to be sentimentalism, unworthy of true manliness.

And it has come to pass, that the children of those heroes, who would keep their word at the point of death, who would disdain to cheat men for vulgar profit, who even in their fight would much rather court defeat than be dishonourable, have become energetic in dealing with falsehoods and do not feel humiliated by gaining advantage from them. And this has been effected by the charm of the word 'modern.' But if undiluted utility be modern, beauty is of all ages; if mean selfishness be modern, the human ideals are no new inventions. And we must know for certain, that however modern may be the proficiency, which clips and cripples man for the sake of methods and machines, it will never live to be old.

But while trying to free our minds from the arrogant claims of Europe and to help ourselves out of the quicksands of our infatuation, we may go to the other extreme and blind ourselves with a wholesale suspicion of the West. The reaction of disillusionment is just as unreal as the first shock of illusion. We must try to come to that normal state of mind, by which we can clearly discern our own danger and avoid it, without being unjust towards the source of that danger. There is always the natural temptation in us of wishing to pay back Europe in her own coin, and return contempt for contempt and evil for evil. But that again would be to imitate Europe in one of her worst features which comes out in her behaviour to people whom she describes as yellow or red, brown or black. And this is a point on which we in the East have to acknowledge our guilt and own that our sin has been as great, if not greater, when we insulted humanity by treating with utter disdain and cruelty men who belonged to a particular creed, colour or caste. It is really because we are afraid of our own weakness, which allows itself to be overcome by the sight of power, that we try to substitute for it another weakness which makes itself blind to the glories of the West. When we truly know the Europe which is great and good, we can effectively save ourselves from the Europe which is mean and grasping. It is easy to be unfair in one's judgment when one is faced with human miseries, – and pessimism is the result of building theories while the mind is suffering.

To despair of humanity is only possible, if we lose faith in the power which brings to it strength, when its defeat is greatest, and calls out new life from the depth of its destruction. We must admit that there is a living soul in the West which is struggling unobserved against the hugeness of the organisations under which men, women and children are being crushed, and whose mechanical necessities are ignoring laws that are spiritual and human, – the soul whose sensibilities refuse to be dulled completely by dangerous habits of heedlessness in dealings with races for whom it lacks natural sympathy. The West could never have risen to the eminence she has reached, if her strength were merely the strength of the brute, or of the machine. The divine in her heart is suffering from the injuries inflicted by her hands upon the world, – and from this pain of her higher nature flows the secret balm which will bring healing to those injuries. Time after time she has fought against herself and has undone the chains, which with her own hands she had fastened round helpless limbs; and though she forced poison down the throat of a great nation at the point of the sword for gain of money, she herself woke up to withdraw from it, to wash her hands clean again. This shows hidden springs of humanity in spots which look dead and barren. It proves that the deeper truth in her nature, which can survive such career of cruel cowardliness, is not greed, but reverence for unselfish ideals. It would be altogether unjust, both to us and to Europe, to say that she has fascinated the modern Eastern mind by the mere exhibition of her power. Through the smoke of cannons and dust of markets the light of her moral nature has shone bright, and she has brought to us the ideal of ethical freedom, whose foundation lies deeper than social conventions and whose province of activity is world-wide.

The East has instinctively felt, even through her aversion, that she has a great deal to learn from Europe, not merely about the materials of power, but about its inner source, which is of mind and of the moral nature of man. Europe has been teaching us the higher obligations of public good above those of the family and the clan, and the sacredness of law, which makes society independent of individual caprice, secures for it continuity of progress, and guarantees justice to all men of all positions in life. Above all things Europe has held high before our minds the banner of liberty, through centuries of martyrdom and achievement, – liberty of conscience, liberty of thought and action, liberty in the ideals of art and literature. And because Europe has won our deep respect, she has become so dangerous for us where she is turbulently weak and false, – dangerous like poison when it is served along with our best food. There is one safety for us upon which we hope we may count, and that is, that we can claim Europe herself, as our ally, in our resistance to her temptations and to her violent encroachments; for she has ever carried her own standard of perfection, by which we can measure her falls and gauge her degrees of failure, by which we can call her before her own tribunal and put her to shame, — the shame which is the sign of the true pride of nobleness.

But our fear is, that the poison may be more powerful than the food, and what is strength in her to-day may not be the sign of health, but the contrary; for it may be temporarily caused by the upsetting of the balance of life. Our fear is that evil has a fateful fascination, when it assumes dimensions which are colossal, — and though at last it is sure to lose its centre of gravity, by its abnormal disproportion, the mischief which it creates before its fall may be beyond reparation.

Therefore I ask you to have the strength of faith and clarity of mind to know for certain, that the lumbering structure of modern progress, riveted by the iron bolts of efficiency, which runs upon the wheels of ambition, cannot hold together for long. Collisions are certain to occur; for it has to travel upon organised lines, it is too heavy to choose its own course freely; and once it is off the rails, its endless train of vehicles is dislocated. A day will come, when it will fall in a heap of ruin and cause serious obstruction to the traffic of the world. Do we not see signs of this even now? Does not the voice come to us, through the din of war, the shrieks of hatred, the wailings of despair, through the churning up of the unspeakable filth which has been accumulating for ages in the bottom of this civilisation, — the voice which cries to our soul, that the tower of national selfishness, which goes by the name of patriotism, which has raised its banner of treason against heaven, must totter and fall with a crash, weighed down by its own bulk, its flag kissing the dust, its light extinguished? My brothers, when the red light of conflagration sends up its crackle of laughter to the stars, keep your faith upon those stars and not upon the fire of destruction. For when this conflagration consumes itself and dies down, leaving its memorial in ashes, the eternal light will again shine in the East, — the East which has been the birth-place of the morning sun of man's history. And who knows if that day has not already dawned, and the sun not risen, in the Easternmost horizon of Asia? And I offer, as did my ancestor rishis, my salutation to that sunrise of the East, which is destined once again to illumine the whole world.

I know my voice is too feeble to raise itself above the uproar of this bustling time, and it is easy for any street urchin to fling against me the epithet of 'unpractical.' It will stick to my coat-tail, never to be washed away, effectively excluding me from the consideration of all respectable persons. I know what a risk one runs from the vigorously athletic crowds to be styled an idealist in these days, when thrones have lost their dignity and prophets have become an anachronism, when the sound that drowns all voices is the noise of the market-place. Yet when, one day, standing on the outskirts of Yoko-hama town, bristling with its display of modern miscellanies, I watched the sunset in your southern sea, and saw its peace and majesty among your pine-clad hills, – with the great Fujiyama growing faint against the golden horizon, like a god overcome with his own radiance, – the music of eternity welled up through the evening silence, and I felt that the sky and the earth and the lyrics of the dawn and the dayfall are with the poets and idealists, and not with the marketsmen robustly contemptuous of all sentiments, – that, after the forgetfulness of his own divinity, man will remember again that heaven is always in touch with his world, which can never be abandoned for good to the hounding wolves of the modern era, scenting human blood and howling to the skies.

The Modern Review, June 1917, pp. 611-619

குறிப்பு: பாரதி மொழிபெயர்த்த தாகூர் சொற்பொழிவின் ஆங்கில மூலம்.

பிற்சேர்க்கை 8

ஜப்பானில் விழுந்த குண்டு தப்பாது உலகழிக்கும்

பாரதிதாசன்

இரோஷிமா நாக சாகி
எனும்இரு ஊரில் வைய
விரோதிகள் வீசி னாராம்
வெடிகுண்டை; எரிம லைத்தீ
சரேலெனக் கவிழ்ந்த தைப்போல்
சாவில்பல் லாயி ரம்பேர்
ஒரேவிஷப் புகைநெ ருப்பால்
உருவிலா தழிந்தா ராமே.

நானிலம் அனைத்தும் உள்ள
நச்சுப்பாம் பனைத்தும் கூட்டி
வானில்ஓர் அணுக்குண் டாக
வன்பகை நெருப்ப மூத்தித்
தான்பொழிந் தானோ பாவி?
அமெரிக்கக் கொலைப்ப டைக்குத்
தான்தோன்றித் தனத்துக் கெல்லாம்
ஜப்பானில் தானா ஆட்டம்?

இன்னும்ஓர் நூறாண் டுக்கும்
இரண்டூரின் சுற்றுப் பக்கம்
ஒன்றுமே முளையா தாமே
வாழ்தலும் ஒண்ணா தாமே.
ஒன்றுகேள், முதலா ளித்வம்
உலகினை அழிக்கும் முன்னம்
நன்றுநாம் செய்தல் எல்லாம்
நாமதை ஒழித்தல் வேண்டும்.

பராபரக் கண்ணி பாடிப்
பனிமலை குமரி எல்லைத்
திராவிட நாட்டில் மேனாள்
தீயெனப் பாய்ந்த பார்ப்பார்
ஒரேஇனம் என்று சொல்லும்
அமெரிக்கர் உருவி னுக்குள்
இரோஷிமா நாக சாகி
எரிந்ததே; இடிந்த துள்ளம்.

வந்தேறி கண்டம் தோறும்
வாயினில் விழுங்கிக் கொல்லும்
அந்தோபாழ் அழிவுக் கஞ்சா
அமெரிக்கச் சுரண்டல் காரர்
நொந்தேநாம் அழிவ தற்குள்
நொறுக்கிட வேண்டும் அன்றோ!
செந்தேனைப் பொழிவ தைப்போல்
செந்நீரைப் பொழிவோம்; வெல்வோம்.

ஒருசிலர் அதிகா ரத்தின்
வல்லர சுரிமை காக்க
உலகமே தீக்கா டாக்கி
உயிர்க்குலம் அழிக்கும் ஈனர்
பலத்தினை ஒடுக்க வேண்டும்;
வையப்பா ராளு மன்றம்
புலம்பலில் பயனே இல்லை
பொசுக்குக போர்மூ லத்தை!

உலகநா டெங்கும் உள்ள
உழைப்பாளர்க் கென்விண் ணப்பம்
உலகத்தில் அமைதி வேண்டின்
அனைவரும் ஒருசி லர்க்காய்ப்
பலம்தரும் படையில் சேரப்
படாதுநாம் விலக வேண்டும்
இலகுவில் வையம் போரின்
இழிவெண்ணம் மடிந்து போகும்!

ஜப்பானில் வீழ்ந்த குண்டு
சர்வாதி கார ஆட்டம்
இப்பாரை இனிக்க லக்கி
இனிவருங் கால மின்றித்
தப்பாது செயினும் செய்யும்,
தறுதலை முதலா ளித்வம்
எப்போதும் நமைவி டாது
செய்வன இன்றே செய்க.

குறிப்பு: *ஜப்பானின் இரோஷிமா, நாகசாகியை உருக்குலைத்த அணுகுண்டுத் தாக்குதலையொட்டிப் பாரதிதாசன் படைத்த கவிதை.*

பிற்சேர்க்கை 9

கால வரிசையில் ஜப்பான் தொடர்பிலான பாரதி படைப்புகள்

1. அழியாப் புகழ்கொண்ட ஓர் பழங்காலத் தமிழ் மாது, *இந்தியா*, 8.9.1906.
2. ஏஷியாவின் விழிப்பும் இந்தியாவின் கடமையும், *இந்தியா*, 8.9.1906.
3. ஜப்பானுக்கு ஹிந்து உபதேசிகள் அனுப்புதல், *இந்தியா*, 10.11.1906.
4. ரூஸ்வெல்ட் அதிபரும் ஜப்பானும், *இந்தியா*, 8.12.1906.
5. அமெரிக்காவுக்கும் ஜப்பானுக்கும் யுத்தமுண்டாகுமோ?, *இந்தியா*, 9.2.1907.
6. ஜப்பான் சென்று திரும்பியிருக்கும் தெலுங்கு வாலிபராகிய மிஸ்டர் ராமராவ், *இந்தியா*, 16.2.1907.
7. அமெரிக்காவும் ஜப்பானும் – கொட்டினால் தேள், கொட்டாவிட்டால் பிள்ளைப் பூச்சி – சித்திர விளக்கம், *இந்தியா*, 23.3.1907.
8. மஞ்சள் விபத்து, *இந்தியா*, 12.12.1908.
9. பாரத ஸ்வதந்திரத்தைப் பற்றி ஜப்பானியர் அபிப்பிராயம், *இந்தியா*, 6.2.1909.
10. 'ஜப்பான் க்ரானிகில்' பத்திரிகையும் பாரத ஸ்வராஜ்யமும், *இந்தியா*, 13.2.1909.

தொகுப்பும் பதிப்பும்: ய. மணிகண்டன்

11. ருஷிய – ஜப்பானிய யுத்தம், *இந்தியா*, 17.4.1909.

12. பொருட் சுதந்திரத்திற்கு ஜப்பானியர் படும் பாடு, *இந்தியா*, 24.4.1909.

13. கீழ்த்திசையில் ஸ்வதந்திரக் கிளர்ச்சி: அதற்கு நேரும் பீடைகள், *இந்தியா*, 1.5.1909.

14. அன்னியர் கொண்டுவரும் மூலதனமும் அவர்களுடன் விவாகாதி சம்பந்தங்கள் செய்துகொள்வதும் – ஹெர்பர்ட் ஸ்பென்ஸரின் அபிப்பிராயம், *இந்தியா*, 5.6.1909.

15. இந்தியரும் ஜப்பானியரும், *இந்தியா*, 25.12.1909.

16. ஜப்பான் தொழிற்கல்வி, *சுதேசமித்திரன்*, 12.2.1916.

17. லோக குரு, *சுதேசமித்திரன்*, 21.7.1916, 4.8.1916, 9.8.1916, 26.8.1916.

18. Reflections, *New India*, 14.9.1916.

19. ஜப்பானியக் கவிதை, *சுதேசமித்திரன்*, 18.10.1916.

20. ஜப்பானில் ஸம்ஸ்கிருதப் படிப்பு, 1916இன் இறுதி.

21. ஜப்பானுடைய ஆவி – தாகூர் சொற்பொழிவின் மொழிபெயர்ப்பு, மகாகவி ஸர் ரவீந்திரநாத் தாகூர் அருளிய பஞ்ச வியாஸங்கள், ஆகஸ்டு 1918.

22. ஜப்பான் தேசத்து திருஷ்டாந்தம், *சுதேசமித்திரன்*, 1.12.1920.

23. பூகோள மகா யுத்தம், *சுதேசமித்திரன்*, 12.2.1921.

24. ஜப்பானில் ஜாதி பேதம், *சுதேசமித்திரன்*, 15.3.1921.

பிற்சேர்க்கைகள்

1. பாரதியின் இந்தியா இதழில் ஜப்பான் குறித்து வெளிவந்த கட்டுரை: The Far East பூர்வ தேசங்கள் Japan ஜப்பான், 27.10.1906 – வீரஸிம்ஹன் எழுதியது, பக். 8, 9.

2. பாரதியின் இந்தியா இதழில் வெளிவந்த ஜப்பான் சென்று திரும்பிய தெலுங்கு இளைஞர் ராமராவ் சொற்பொழிவு, 23.3.1907, இந்தியா, ப.11.

3. இந்தியா – கருத்துப் படம், 23.3.1907.

4. பாரதியின் 'லோக குரு' கட்டுரையின் முதன்மைப் பகுதிக்கு அடிப்படையாக அமைந்த கட்டுரை: Sir Rabindranath Tagore in Japan, *The Modern Review*, August 1916.

5. பாரதியை ஈர்த்து 'ஜப்பானியக் கவிதை' கட்டுரையை எழுதவைத்த ஜப்பான் கவிஞரின் கட்டுரை: My Own Japanese Poetry by Yone Noguchi, *The Modern Review*, September *1916.*

6. பாரதியின் 'பருந்துப் பார்வை' கட்டுரையின் ஜப்பானில் ஸம்ஸ்கிருதப் படிப்பு குறித்த பகுதிக்கான மூலம்: Sanskrit in Japan, *The Modern Review*, October *1916.*

7. பாரதி மொழிபெயர்த்த 'ஜப்பானுடைய ஆவி' கட்டுரையின் மூலம்: The Spirit of Japan by Sir Rabindranath Tagore, *The Modern Review*, June *1917.*

8. பாரதிதாசன் ஜப்பான் குறித்து எழுதிய கவிதை: "ஜப்பானில் விழுந்த குண்டு தப்பாது உலகழிக்கும்", *1945.*

துணைநூற்பட்டியல்

நூல்கள்

சுப்பிரமணிய பாரதி, சி. (மொ.பெ.), *மகாகவி ஸர் ரவீந்திரநாத் தாகூர் அருளிய பஞ்ச வியாஸங்கள்*, சுதேசமித்திரன் பவர் பிரஸ், சென்னை, ஆகஸ்டு 1918.

சுப்பிரமணிய பாரதி, சி., *பாரதி நூல்கள்: கட்டுரைகள்*, பாரதி பிரசுராலயம், சென்னை, முதற்பதிப்பு: 1936.

தூரன், பெ. (தொகுத்துப் பதிப்பித்தது), *பாரதி தமிழ்*, அமுத நிலையம் லிமிடெட், சென்னை, முதற்பதிப்பு: 1953.

பாரதிதாசன், *நாள் மலர்கள்*, பூம்புகார் பிரசுரம், சென்னை, முதற்பதிப்பு: 1978.

விசுவநாதன், சீனி. (பதிப்பு), *கால வரிசைப்படுத்தப்பட்ட பாரதி படைப்புகள்*, வெளியீடு: சீனி. விசுவநாதன், சென்னை, தொகுதி 1, முதற்பதிப்பு: 1998, தொகுதி 2, முதற்பதிப்பு: 2001, தொகுதி 3, முதற்பதிப்பு: 2002, தொகுதி 4, முதற்பதிப்பு: 2003, தொகுதி 6, முதற்பதிப்பு: 2005, தொகுதி 8, முதற்பதிப்பு: 2007, தொகுதி 9, முதற்பதிப்பு: 2008, தொகுதி 10, முதற்பதிப்பு: 2009, தொகுதி 11, முதற்பதிப்பு: 2010, தொகுதி 12, முதற்பதிப்பு: 2010.

விசுவநாதன், சீனி. (பதிப்பு), *கால வரிசையில் பாரதி படைப்புகள்* (கால வரிசையில் கண்டறிய வேண்டியவை), தொகுதி 14, அல்லயன்ஸ், சென்னை, முதற்பதிப்பு: 2015.

விசுவநாதன், சீனி., *பாரதி நூல்கள்: பதிப்பு வரலாறு*, வெளியீடு: சீனி. விசுவநாதன், சென்னை, முதற்பதிப்பு: 1989, திருத்தி விரிவாக்கப்பட்ட புதிய பதிப்பு: 2005.

வேங்கடாசலபதி, ஆ.இரா., (பதிப்பாசிரியர்), *பாரதி கருவூலம்,* காலச்சுவடு பதிப்பகம், நாகர்கோவில், முதற்பதிப்பு: 2008.

வேங்கடாசலபதி, ஆ.இரா., *எழுக, நீ புலவன்!,* காலச்சுவடு பதிப்பகம், நாகர்கோவில், முதற்பதிப்பு: 2016.

இதழ்கள்

இந்தியா, 8.9.1906, 27.10.1906, 10.11.1906, 8.12.1906, 9.2.1907, 23.3.1907, 12.12.1908, 6.2.1909, 13.2.1909, 17.4.1909, 24.4.1909, 1.5.1909, 5.6.1909, 25.12.1909.

சுதேசமித்திரன், 19.1.1916, 21.7.1916, 4.8.1916, 9.8.1916, 26.8.1916, 18.10.1916, 1.12.1920, 15.3.1921.

New India, 14.9.1916.

The Modern Review, August 1916, September 1916, October 1916, June 1917.

○